പെയ്യാൻ മറന്ന മഴ

ജിഷ കെ. റാം

Published on June 12

Published by

KP INTERNATIONAL PUBLICATION

Published in London

113 Oakfield Road

London E61 LN

England.

Mob-0044 7940570677,

+91 9995153455

ജിഷ കെ. റാം. കണ്ടംകോവിൽ കുഞ്ഞിരാമന്റെയും ചിന്നമ്മയുടെയും മകൾ. കണ്ണൂർ ജില്ലയിലെ ചെറുപുഴ ആണ് സ്വദേശം. ചെറുപുഴ ജെ.എം.യു.പി. സ്കൂൾ, സെന്റ് മേരീസ് ഹൈസ്ക്കൂൾ എന്നിവിടങ്ങളിൽ പ്രാഥമിക വിദ്യാഭ്യാസം. മലയാള സാഹിത്യത്തിൽ കാലിക്കറ്റ് സർവകലാശാലയിൽ നിന്ന് ബിരുദവും, എംജി സർവകലാശാലയിൽ നിന്ന് ബിരുദാനന്തര ബിരുദവും ബിഎഡും നേടി. ഇമ ലോക മലയാള ചെറുകഥാപുരസ്കാരം, ഫസ്റ്റ് എയ്ഡ് അന്തർദ്ദേശീയ ചെറുകഥാപുരസ്കാരം എന്നിവ ലഭിച്ചിട്ടുണ്ട്. ഇപ്പോൾ കടയിരുപ്പ് സെന്റ് പീറ്റേഴ്സ് സീനിയർ സെക്കന്റെറി സ്കൂളിൽ മലയാളം അധ്യാപികയായി ജോലി ചെയ്യുന്നു.

ഭർത്താവ് : സന്തോഷ്

മക്കൾ : തീർത്ഥ, തേജ

സമർപ്പണം

എന്റെ സ്വപ്നങ്ങൾക്ക് നിറം പകർന്ന പ്രിയപ്പെട്ടവർക്ക്...

എഴുത്തിന്റെ വഴിയിൽ കൈ പിടിച്ചു നടത്തിയവർക്ക്...

അക്ഷരവെളിച്ചം പകർന്നു തന്ന ഗുരുക്കന്മാർക്ക്...

മഷിമണം മാറും മുമ്പേ എന്റെ രചനകൾ വായിച്ച്

പ്രോത്സാഹിപ്പിച്ച പ്രിയ സുഹൃത്തുക്കൾക്ക്...!

"ജീവിതം എന്റെ മേൽ വച്ചുതന്ന സ്വപ്നങ്ങളുടെ ഭാരവും പേറി ഇനിയൊരു വസന്തകാലത്തിനു വേണ്ടി ഞാൻ വീണ്ടും കാത്തിരിക്കാൻ തുടങ്ങുന്നു... ആ വസന്ത ഋതുവെത്തുമ്പോൾ ഞാനെന്റെ സ്വപ്നങ്ങളുടെ ഭാണ്ഡം തുറക്കും. അവ പൂക്കളായ് എന്റെ ചില്ലകളിൽ വിരിഞ്ഞ് സുഗന്ധം പരത്തും; എന്റെ നിരാശയുടെ കൂടുവിട്ട് ഞാനപ്പോൾ ഒരു ചിത്രശലഭമായ് പുനർജനിക്കും...."

ജിഷ കെ. റാം

Contents

1. പറക്കാൻ വൈകിയ പക്ഷി / അവതാരിക 7

2. ആമുഖം 13

3. ചില പെണ്ണെഴുത്തുകൾ 14

4. ഉറവയുടെ കുളിര് 29

5. പെയ്യാൻ മറന്ന മഴ 33

6. മുഖം മൂടി 40

7. എഴുതിത്തീരാത്ത പ്രണയം 44

8. ഗോൽഗുൽത്തായിലെ പരാജയം 48

9. സൂര്യകാന്തി 52

10. നഃ സ്ത്രീ സ്വാതന്ത്ര്യമർഹതി... 56

11. കണ്ണാടിപ്പാത്രങ്ങൾ 59

12. രാധേയം 64

13. പരാജിതൻ 69

14. നൂറ്റാണ്ടിനെ അതിജീവിച്ചവർ 74

15. പൊട്ടാത്ത നൂലുകൾ 80

16. വഴികൾ 85

17. വാതിൽ 89

19. ഭ്രാന്തി 94

20. അനാഥ ദൈവങ്ങൾ 97

21. അപരിചിതൻ 103

1. പറക്കാൻ വൈകിയ പക്ഷി / അവതാരിക

'പെയ്യാൻ മറന്ന മഴ' എന്നാണ് ജിഷ. കെ. റാമിന്റെ കഥാസമാ ഹാരത്തിന്റെ ശീർഷകം. 'പെയ്യാൻ മടിച്ച മഴ' എന്നോ 'പെയ്യാൻ വൈകിയ മഴ' എന്നോ തിരുത്തിയാലും തെറ്റു പറയാനില്ല. കാരണം, രണ്ടു പതിറ്റാണ്ടുമുമ്പേ പെയ്യേണ്ടിയിരുന്ന മഴയായിരുന്നു ഇത്. ഈ കഥകൾ എഴുതപ്പെട്ട കാലത്തുതന്നെ പുസ്തകമായിരുന്നെങ്കിൽ, വായിക്കപ്പെട്ടിരുന്നെങ്കിൽ, എന്നു ഞാൻ ചിന്തിച്ചു പോകുന്നു. എങ്കിൽ, ജിഷ ഇതിനകം എത്രയോ ശ്രദ്ധിക്കപ്പെടുമായിരുന്നു. കാരണം, ജിഷയ്ക്ക് കഥ എങ്ങനെ പറയണമെന്ന് അറിയാം. വായനക്കാരെ എങ്ങനെ ഒപ്പം നടത്താം എന്നും അറിയാം. ഈ കഥകളെല്ലാം അതെഴുതിയ കാലത്ത് വെളിച്ചം കണ്ടിരുന്നെങ്കിൽ ഇതിനകം ജിഷ എത്രയോ കഥകൾ എഴുതിക്കഴിഞ്ഞിട്ടുണ്ടാകണം. കാലത്തിനൊത്ത് ജിഷയുടെ കഥകളും മാറി മറിയുമായിരുന്നു.

നിർഭാഗ്യവശാൽ, അതു സംഭവിക്കാതെ പോയി. ഓർഹാൻ പാമുക് പറഞ്ഞതാകണം, കാരണം. എഴുത്തുകാർക്ക് എഴുത്തു കാരാകാനും എഴുത്തുകാരായി തുടരാനും അത്യന്താപേക്ഷിത മായ രണ്ടു ഗുണങ്ങളുണ്ടെന്നാണു പാമുക് പറഞ്ഞത്. പിടിവാശിയും സഹനശക്തിയും. പക്ഷേ, എഴുത്തുകാരികൾക്ക് കേവലം പിടിവാശി പോരാ. നല്ല ഹൃദയകാഠിന്യം കൂടി വേണം. കരയുന്ന കുഞ്ഞിനെയും പ്രണയാർദ്രനായ ഭർത്താവിനെയും കഴുകാത്ത എച്ചിൽപ്പാത്രങ്ങളെയും കുന്നുകൂടിയ വിഴുപ്പിനെയും സദാ നിരീക്ഷിക്കുന്ന സമൂഹത്തെയും തള്ളി മാറ്റി വാതിൽ വലിച്ചടച്ച് കസേര വലിച്ചിട്ടിരുന്നു കഥ എഴുതാനുള്ള ഹൃദയകാഠിന്യം. പ്രതിഭാധനരായ പല എഴുത്തുകാരികളും എഴുതാതെയും പ്രസിദ്ധരാകാതെയും മരിച്ചു പോയത് ആ ഹൃദയകാഠിന്യം ഇല്ലാത്തതുകൊണ്ടാണ്. നിലവിലെ കുടുംബവ്യവസ്ഥ സ്ത്രീയുടെ അധ്വാനത്തെയും സമർപ്പിത സേവനത്തെയും പരിപൂർണ വിധേയത്വത്തെയും ആശ്രയിച്ചു നിലനിൽക്കുന്നിടത്തോളം അവളുടെ സർഗാത്മകതയ്ക്ക് ഇടവും സമയവും കണ്ടെത്തുക എളുപ്പമല്ല. എല്ലാ പ്രതിസന്ധികളെയും അതിജീവിച്ച് അവൾ

എഴുതിയാൽത്തന്നെ അവ പ്രസിദ്ധീകരിച്ചു കിട്ടുന്നതും എളുപ്പമല്ല. മനോഹരമായി എഴുതാൻ കഴിവുണ്ടായിരുന്നിട്ടും അതിനു കഴിയാതെ പോയ, എഴുതിയ കഥകൾ ലോകത്തെ കേൾപ്പിക്കാൻ കഴിയാതെ പോയ എല്ലാ എഴുത്തുകാരികളുടെയും മറ്റൊരു പ്രതിനിധിയാകുന്നു, ജിഷ. 'പെയ്യാൻ മറന്ന മഴ' എന്ന സമാഹാരം ഈ ലോകത്തോടുള്ള അവരുടെയൊക്കെ പോരാട്ടത്തിന്റെ മറ്റൊരു സ്മരണികയും.

എഴുത്തുകാരികൾ അവരുടെ ഉടലിനെ കുറിച്ച്, ലൈംഗികതയെ കുറിച്ച് എഴുതുന്നു എന്നത് ലോകത്തിന്റെ സ്ഥിരം പരാതിയാണ്. അതെന്തുകൊണ്ട് എന്ന് അവർ ആലോചിക്കാറില്ല. ഒരു സ്ത്രീ ലോകത്തെ അറിയുന്നത് അവളുടെ ഉടലിലൂടെയാണ്. ജിഷയുടെ വാക്കുകൾ തന്നെ കടമെടുത്താൽ, 'പുൽനാമ്പുകളിൽ പറ്റിപ്പിടിച്ചിരിക്കുന്ന കുഞ്ഞുപൂക്കളുടെ സൗന്ദര്യത്തിൽ അദ്ഭുതം കൂറുന്ന ഒരു പാവാടക്കാരി' ആയിട്ടാണ് ഓരോ സ്ത്രീയും അവളുടെ യാത്ര തുടങ്ങുന്നത്. പിൽക്കാലത്ത് അവൾ ഉടലിലൂടെ സ് നേഹത്തെയും ഉടമസ്ഥതയെയും അടിമത്തത്തെയും ചൂഷണത്തെയും വേദനയെയും അറിയുന്നു. ഭർത്താവാകട്ടെ, ജാരനാകട്ടെ, കൂട്ടുകാരനാകട്ടെ, സ്വന്തമായ കാഴ്ച ക്കോണുകളിലൂടെ തന്റെ ഉടലിനെ കാണുകയും അതിന് അവരു ടേതായ അർഥങ്ങൾ കൽപ്പിക്കുകയുമാണ് എന്നു തിരിച്ചറിയുന്നു. തൊഴിൽ സ്ഥലത്തും പൊതുഇടങ്ങളിലും അവൾ ഈ ഉടലിനെയും വലിച്ചിഴച്ചുകൊണ്ടാണ് പ്രവേശിക്കേണ്ടത്. സ്വന്തമായൊരിടം കൈവരുന്നതിന് അവൾക്ക് തന്റെ ഉടലിനെ ഉപ കരണമാക്കുകയോ മറികടക്കുകയോ ചെയ്യേണ്ടതുണ്ട്. ഞാൻ വിശ്വസിക്കുന്നത് സ്ത്രീകൾ എഴുതിയ കഥകൾ ആ വിധത്തിൽ മൂന്നു തരം ചരിത്രങ്ങളെ രേഖപ്പെടുത്തുന്നു എന്നാണ് : ഒന്ന്, എഴുത്തുകാരിയുടെ വ്യക്തിജീവചരിത്രം. രണ്ട്, എഴുത്തുകാരി ജീവിച്ച കാലത്തെ സാമൂഹിക ചരിത്രം. മൂന്ന്, എഴുത്തുകാരിയെ അവൾക്കു മുമ്പ് ജീവിച്ചു മരിച്ചു പോയവരും അവൾക്കൊപ്പം ജീവിച്ചിരുന്നവരും അവൾക്കു പിന്നാലെ ജനിച്ചു ജീവിക്കാനിരി ക്കുന്നവരുമായി ബന്ധിപ്പിക്കുന്ന വലിയൊരു ചങ്ങലയുടെ ചരിത്രം.

അതായത്, സ്ത്രീയുടെ അവബോധം രൂപപ്പെടുന്നത് അവളുടെ കൃതികളിൽനിന്നു വളരെ സൂക്ഷ്മമായി വായിച്ചെടുക്കാം. ആ

കൃതികളുടെ രണ്ടാം വായനയിൽ അവളെ രൂപപ്പെടുത്തിയ കാലത്തെ സാമൂഹിക നിയമങ്ങളും സാഹചര്യങ്ങളും കഥയിൽ ഇടപെടുന്നതു കണ്ടെടുക്കാം. മൂന്നാമത്തെ വായനയിൽ അവളുടെ അനുഭവങ്ങൾക്ക് അവളുടെ പൂർവികരുടെ അനുഭവങ്ങളുടെ അദ്ഭുതകരമായ തുടർച്ചയും അവൾക്ക് അജ്ഞാതരും ഭാഷയാലും ദേശത്താലും വേർതിരിക്കപ്പെട്ടവരുമായ സമകാലികരായ എഴുത്തുകാരികളുടെ നിരീക്ഷണങ്ങളോടും അനുഭവങ്ങളോടുമുള്ള സജീവമായ പരസ്പരബന്ധവും സാദൃശ്യവും ചികഞ്ഞെടുക്കാം. അവളുടെ അനുഭവങ്ങൾ ഭാവിതലമുറയ്ക്ക് അതേപടി തിരിച്ചറിയാൻ സാധിക്കുകയില്ലായിരിക്കാം. പക്ഷേ, നമ്മളെങ്ങനെയാണോ നമ്മുടെ മുൻതലമുറയിലെ എഴുത്തുകാരികളുടെ രചനകളിൽ നമ്മുടെ തന്നെ അനുഭവങ്ങളുടെ പ്രവചനങ്ങൾ കണ്ടെത്തുന്നത്, അതേ വിധം ഭാവിതലമുറകളും ഇക്കാലത്തെ എഴുത്തുകാരികളുടെ രചന കളിൽനിന്ന് അവരുടെ ജീവിതങ്ങളുടെ വെളിപാടുകൾ വായിച്ചെടുക്കുമെന്ന് ഉറപ്പാണ്. കാലം മാറുമ്പോഴും മനുഷ്യാ വസ്ഥകൾക്ക് വ്യത്യാസം വരാത്തതുകൊണ്ടാണോ അത്? അതോ സ്ത്രീ ജീവിതത്തിനും അതിന്റെ അടിസ്ഥാനാനുഭവങ്ങൾക്കും നൂറ്റാണ്ടുകളുടെ പരിണാമത്തിനുശേഷവും മാറ്റം വരാ ത്തതുകൊണ്ടാണോ? അധികാരത്തിന്റെ കോട്ടകൊത്തളങ്ങൾ ഒരിക്കലും വിട്ടു കൊടുക്കാൻ തയ്യാറില്ലാത്ത ആൺമേൽക്കോയ്മ ബോധപൂർവ്വം അത് അങ്ങനെ നിലനിർത്തുന്നതുകൊണ്ടാണോ? കാരണം എന്തുമാകട്ടെ, സ്ത്രീകളുടെ സർഗജീവിതത്തിന് ഒരു തുടർച്ചയുണ്ട്, രചനകളിലൂടെ അവർ പരസ്പരം ബന്ധിക്ക പ്പെട്ടിരിക്കുന്നു. ഭാഷയ്ക്കും അതിരുകൾക്കും കുറുകേ മാത്രമല്ല. കാലത്തിനു കുറുകെയും.

അതിന്റെ ഏറ്റവും നല്ല തെളിവാണ് 'പെയ്യാൻ മറന്ന മഴ'യിലെ ആദ്യ കഥയായ 'ചില പെണ്ണെഴുത്തുകൾ', 'പതിവു പോലെ ആ വലിയ വീടിന്റെ ഇരുണ്ട ചുമരുകൾക്കുള്ളിലെ ഏകാന്തയിലേക്ക് അവളെ വലിച്ചെറിഞ്ഞു ഭർത്താവു പുറത്തേക്കു പോയപ്പോൾ ആവർത്തനവിരസമായൊരു നിശ്വാസത്തോടെ അവൾ അഴുക്കുപിടിച്ച പാത്രങ്ങളുടെയും മുഷിഞ്ഞ തുണികളുടെയും പുക പിടിച്ച അടുപ്പുകളുടെയും ഇടയിലേക്ക് ഊളിയിട്ടു" എന്ന് ആരംഭിക്കുന്ന ആ കഥയിലൂടെ ജിഷ ബോധപൂർവ്വമോ

അല്ലാതെയോ ആവിഷ്കരിക്കുന്നത് പലരും പലവിധം ആവിഷ് കരിച്ചതാണെങ്കിലും ഒരിക്കലും അവസാനിക്കാത്ത ആ കഥ തന്നെയാണ്. കുടുംബവ്യവസ്ഥയുടെ ആവർത്തനവിരസമായ ചാക്രികതയിൽ കുടുങ്ങിപ്പോയ സ്ത്രീയുടെ സർഗാത്മകതയുടെ കഥ. മൂന്നു ഭാഗങ്ങളിലൂടെയാണ് ജിഷ ഈ കഥ പറഞ്ഞിട്ടുള്ളത്. മൂന്നിലും വ്യത്യസ്തരായ മൂന്നു സ്ത്രീകളാണ്. അതേ സമയം അവർ ഒരാളാണെന്നു വന്നാലും അദ്ഭുതപ്പെടാനില്ല. ഒരാളിന്റെ തുടർച്ചയാണ് മറ്റേ ആൾ എന്നും അതേ സമയം, ഒരേ ആളിന്റെ ജീവിതത്തിലെ മൂന്നു ഘട്ടങ്ങളാണ് ആവിഷ്കരിക്കപ്പെടുന്നതെന്നും തോന്നിപ്പോകും. ഇനിയൊരിക്കലും സീതയോ സാവിത്രിയോ ആയി നടിക്കാൻ തനിക്കു സാധിക്കുകയില്ല എന്നു ഖേദിക്കുന്നവളാണ് ആദ്യത്തെ സ്ത്രീ. ഭക്ഷണം പാകം ചെയ്യാനും വസ്ത്രം അലക്കാനും മറ്റുമുള്ള ഒരു ഉപകരണം മാത്രമായി ഭാര്യയെ കണക്കാക്കുന്ന ഭർത്താവിനോടു പകരം വീട്ടാൻ ജാരനെ സ്വീകരിക്കുന്നവളാണ് രണ്ടാമത്തവൾ. പക്ഷേ, കാമുകനും അവളുടെ ഹൃദയം ആവശ്യമില്ല. പ്രേമംപോലും ഒരു നാട്യമാണ്. ഒരിക്കലും അവസാനിക്കാത്ത നാട്യം മാത്രമേ അവൾക്ക് അയാളിൽനിന്നും പ്രതീക്ഷിക്കുവാനുള്ളൂ. ഭർത്താവിന്റെ വഞ്ചനയിൽ മനംനൊന്ത് മനോരോഗിയായി ഒടുവിൽ ആത്മഹത്യയിൽ അഭയം തേടുന്നവളാണു മൂന്നാമത്തവൾ. അവളുടെ കഥ പറയുന്നത് പക്ഷേ, ഒരു പുരുഷനാണ്.

അവളുടെ കാമുകനോ ഭർത്താവോ അല്ലാത്ത ഒരാൾ.

'ഉറവ' എന്ന കഥ ഒരു പെൺപാമ്പിന്റെ കഥയാണ്. പ്രകൃതിയെയും മറ്റു ചരാചരങ്ങളെയും അവയുടെ നിലനിൽപ്പിനെയും കുറിച്ചു ബോധമില്ലാത്ത മനുഷ്യനോടും അവന്റെ വംശാവലിയോടും അവ കാണിക്കുന്ന ദയവിന്റെ കഥയായി അതിനെ വായിക്കാം. അതേ സമയം, മാതൃത്വത്തിന്റെ ഉദ്ഘോഷത്തിന്റെ കഥയായും. 'പെയ്യാൻ മറന്ന മഴ' ഒരു പ്രണയഭംഗത്തിന്റെ നിരാശയിൽ സന്ന്യാസം സ്വീകരിച്ച സ്ത്രീയുടെ കഥയാണ്. അയാൾ തിരികെ വിളിക്കുമ്പോഴും അവൾ മടങ്ങിപ്പോകുന്നില്ല. എങ്കിലും അയാൾ പോകുമ്പോൾ അവൾ ജനലഴികളിൽ മുഖം ചേർത്ത് ഉറക്കെ കരയുന്നുണ്ട്. ഒരാളിൽ മാത്രം പ്രണയം സ്ഥിരമായി നിക്ഷേപിക്കുകയും അതിന്റെ പലിശ കൊണ്ടു മാത്രം ജീവിക്കു

മെന്നു വാശി പിടിക്കുകയും ബാങ്ക് പൊട്ടിയാലും നിക്ഷേപം ഭദ്രമായുണ്ടെന്നു വിശ്വസിക്കുകയും ചെയ്യുന്നവരാണ് ജിഷയുടെ നായികമാർ മിക്കവരും. 'എഴുതി തീരാത്ത പ്രണയവും' 'സൂര്യ കാന്തി'യും 'കണ്ണാടിപ്പാത്രങ്ങളും' 'രാധേയ'വും 'പൊട്ടാത്ത നൂലും ' ഒക്കെ അവരുടെ കഥയാണ് പല രീതിയിൽ പറയുന്നത്. പക്ഷേ, അവ ആവർത്തനവിരസതയുണ്ടാക്കുന്നില്ല എന്നത് അഭിനന്ദനീയമാണ്. 'മുഖംമൂടി' കുറച്ചു വ്യത്യസ്തമാണ്

വാര്യത്തെ മീനാക്ഷിയെ വേണ്ടെന്നുവച്ചു നഗരത്തിലെ സമ്പന്നയായ സ്ത്രീയെ ഭാര്യയാക്കിയ പുരുഷന്റെ കഥയാണ്. സ്വന്തം മുഖം തന്നെ ഒരു മുഖംമൂടിയാണ് എന്ന് അയാൾ പറഞ്ഞു വയ്ക്കുന്നു. 'മനുഷ്യാ നിന്റെ പ്രാർത്ഥനകൾ ഫലിക്കട്ടെ, ഞാൻ പക്ഷേ നിസ്സഹായനാണ്' എന്നു വിലപിക്കുന്ന യേശുവിന്റെ ആത്മാലാപമാണ് 'ഗോഗുൽത്തായിലെ പരാജയം'. പല്ലിയുടെ വാലു പോലെയാണ് തന്റെ കാലിലെ ചങ്ങലകൾ എന്നു തിരിച്ചറിയുന്ന സ്ത്രീയുടെ കഥയാണ് 'ന:സ്ത്രീ സ്വാതന്ത്ര്യമർഹതി'. അത് കഥയെന്നതിലേറെ എഴുത്തുകാരിയുടെ ആത്മഗതമായി മാറുന്നുണ്ട്. 'കണ്ണുകൾ വിൽക്കാനുണ്ട്', 'വാതിൽ', 'വഴികൾ', 'അപരിചിതൻ' തുടങ്ങിയ കഥകളിൽ കഥയിലേറെ സാമൂഹിക വിമർശനമാണ് എന്നു പറയാം. രാമനെ ചോദ്യം ചെയ്യുന്ന സീതയുടെ മുമ്പിൽ പരാജിതനാകുന്ന രാമന്റെ കഥയാണ് 'പരാജിതൻ', 'നൂറ്റാണ്ടിനെ അതിജീവിച്ചവർ' എന്ന കഥ ഇന്ദുലേഖയും രമണനും തമ്മിലുള്ള സംവാദമാണ്.

ഈ കഥകളിൽ ഏറെയും ജീവിതത്തെ സ്ത്രീയുടെ വീക്ഷണ കോണുകളിലൂടെ കാണാൻ ശ്രമിക്കുന്നു. ചിലപ്പോഴൊക്കെ അത് ആണധികാര വ്യവസ്ഥയുടെ കാഴ്ചപ്പാടിലൂടെയാകുന്നു. മിക്ക പ്പോഴും അത് ആണധികാര വ്യവസ്ഥയുടെ നിലനിൽക്കുന്ന ചട്ട ക്കൂടുകൾക്ക് വിധേയപ്പെടുകയും ചെയ്യുന്നു. എങ്കിലും അത് ഈ പുസ്തകത്തിന്റെ സാധുത ഇല്ലാതാക്കുന്നില്ല. കാരണം, ഈ പുസ്തകം തനിക്കു രണ്ടു ചിറകുകൾ ഉണ്ടെന്നു മറന്നു പോയ പക്ഷിയുടെ പറക്കാനുള്ള ശ്രമമാണ്. പറന്നു പറന്നാണ് പക്ഷി ആകാശത്തെ അറിയുന്നതും അളക്കുന്നതും.

എല്ലാ കഥകളും വായിച്ചു തീരുമ്പോൾ പുസ്തകത്തിന്റെ ശീർഷകം 'പറക്കാൻ മടിച്ച പക്ഷി' എന്നാകാമായിരുന്നില്ലേ എന്നു സംശയം തോന്നും. കാരണം, പറക്കാൻ മറന്നു പോയവരും മടിച്ചു നിന്നവരുമായ എത്രയോ എഴുത്തുകാരികളെ നാം ഇതിനകം കണ്ടു കഴിഞ്ഞു. ഇരുപതു വർഷം മുമ്പാണ് ഞാൻ എഴുത്തു പുനരാരംഭിച്ചത്. അതിന് എന്നെ പ്രചോദിപ്പിച്ചതും പ്രാപ്തയാക്കിയതും രണ്ടു സ്ത്രീകളുടെ അനുഭവമായിരുന്നു. അവരിൽ ആദ്യത്തെയാൾ എഴുതാതെ പോയ കഥകളെയും കവിതകളെയും കുറിച്ച് അനുഭവിച്ചിരുന്ന അമർഷവും പകയും പശ്ചാത്താപവും പരിഭ്രമം ഉണർത്തുന്നതായിരുന്നു. എന്റെ വാർധക്യത്തിൽ ഞാനും അതേ അസംതൃപ്തിയിൽ പുകഞ്ഞു നീറുമെന്ന് ഭയം തോന്നി. രണ്ടാമത്തെയാൾ അരനൂറ്റാണ്ട് മുമ്പു കുറിച്ചിട്ട കഥകളും കവിതകളും ഏറ്റവും വിലപ്പെട്ട സമ്പാദ്യമായി കരുതി മുറുകെപ്പിടിച്ച് അത് പുസ്തകമായിക്കാണാൻ ആഗ്രഹിച്ചു. ജീവിതത്തിന്റെ സായാഹനത്തിൽ ഒരു സ്ത്രീക്ക് യഥാർഥമായും ആനന്ദം പകരുന്നത് മറ്റാർക്കും പങ്കോ അവകാശമോ ഇല്ലാത്ത അവളുടേതു മാത്രമായ ആഹ്ലാദവും അഭിമാനവുമാണെന്ന് എന്നെ പഠിപ്പിച്ചു. അങ്ങനെയാണ് ഞാൻ കഥകളെഴുതിത്തുടങ്ങിയത്.

അതിൽ അസ്വാഭാവികമായി ഒന്നുമില്ല. തിരിച്ചറിവിന്റെ ഒരു നിമിഷത്തിൽത്തന്നെയാണ് എല്ലാ പക്ഷികളും പറന്നു തുടങ്ങു ന്നത്. കൂടുതൽ ഉയരത്തിൽ പറക്കാൻ ജിഷയുടെ ചിറകുകൾക്ക് ശക്തിയും ലഭിക്കട്ടെ എന്നു മാത്രമേ വായനക്കാരി എന്ന നില യിലും ഒപ്പം പറക്കുന്ന പക്ഷി എന്ന നിലയിലും എനിക്ക് ആശംസിക്കാനുള്ളൂ. കൂടു തകർത്ത് പറന്നു തുടങ്ങാൻ തീരു മാനിച്ച സ്ഥിതിക്ക് ജിഷയ്ക്ക് ഇനി പഴയ കൂട്ടിലേക്കു മടങ്ങാ നാകില്ല. പറക്കൽ നിർത്തിവയ്ക്കാനുമാകില്ല. പറന്നു കൊണ്ടേ യിരിക്കുക, കഥ പറഞ്ഞുകൊണ്ടേയിരിക്കുക. ഒപ്പം, ഒന്നിച്ചു പറക്കുക മാത്രമാണ് സ്വാതന്ത്ര്യത്തിലേക്കുള്ള ഏക മാർഗ്ഗമെന്ന് അതേ വലയിൽ കുടുങ്ങിയ മറ്റു പക്ഷികളെ ഓർമ്മിപ്പിക്കുകയും ചെയ്യുക!

കെ.ആർ. മീര

2.ആമുഖം

എഴുതുവാൻ വേണ്ടി ആയിരുന്നില്ല എഴുതിത്തുടങ്ങിയത്. മറ്റാർക്കും പറഞ്ഞാൽ മനസ്സിലാകാതെ പോകുന്ന എന്റെ വേദനകൾ ആരുമറിയാതെ കടലാസിലേക്ക് പകർന്നതായിരുന്നു ആദ്യത്തെ എഴുത്തുകൾ. പിന്നീട് എപ്പോഴോ അവ കഥകളായി മാറി. എന്റേതല്ലാത്ത വേദനകളെയും സ്വപ്നങ്ങളെയും കൂടി ഞാൻ എന്റെ കഥകളാക്കി. സാമൂഹിക പ്രതിബദ്ധതയുള്ള ഒരു എഴുത്തുകാരിയായിരുന്നില്ല ഞാൻ. എന്റെ കിളിവാതിൽ തുറന്നു വച്ച് അതിലൂടെ കാണുന്ന ഇത്തിരി കാഴ്ചകൾ മാത്രമായിരുന്നു എന്നും എന്റെ സ്വന്തം. അതിനപ്പുറമുള്ള വലിയ ലോകത്തിന്റെ കാഴ്ചകളിലേക്ക് നോക്കാൻ ഞാൻ ഭയപ്പെട്ടു. ആ ഭയം കൊണ്ടാവും പലപ്പോഴും ഞാൻ എന്റെ വേദനകളിലേക്ക് മാത്രം നോക്കി. എന്റെ മുറിവുകൾക്ക് മാത്രം മരുന്നു തിരഞ്ഞു.

പറക്കാൻ പഠിക്കുന്നതിനു മുമ്പേ കൂട്ടിലടയ്ക്കപ്പെട്ടതുകൊണ്ടാവും എനിക്ക് രണ്ടു ചിറകുകൾ ഉണ്ടെന്ന സത്യം ഞാൻ മറന്നു പോയത്. ഇപ്പോഴിതാ തിരിച്ചറിവിന്റെ ഈ വേളയിൽ ആ കൂടു തകർത്തു വെളിയിലിറങ്ങി ഞാൻ പറക്കാൻ ശ്രമിക്കുകയാണ്. ഒരുപാട് ഉയരത്തിലെത്താൻ കഴിഞ്ഞില്ലെങ്കിലും ഈ ആകാശത്തിന്റെ വിരിമാറിൽ ചിറകു തളരാതെ വെറുതെ ഒരു വയൽക്കിളിയായി പാറി പറക്കാൻ മാത്രമാണ് ഞാൻ കൊതിക്കുന്നത്.

എന്റെ ചിറകുകൾ കണ്ടെത്തിത്തന്ന് എന്നെ പറക്കാൻ പഠിപ്പിച്ചവർക്കും, ചിറക് തളർന്നപ്പോൾ എന്നെ താങ്ങിനിർത്തിയ വർക്കും എന്റെ ഹൃദയം നിറഞ്ഞ നന്ദി...!!

ജിഷ കെ. റാം

3. ചില പെണ്ണെഴുത്തുകൾ

ഒന്ന്: സ്വപ്നങ്ങൾ പറഞ്ഞത്...

പതിവുപോലെ ആ വലിയ വീടിന്റെ ഇരുണ്ട ചുമരുകൾക്കുള്ളിലെ ഏകാന്തതയിലേക്ക് അവളെ വലിച്ചെറിഞ്ഞ് ഭർത്താവ് പുറത്തേക്ക് പോയപ്പോൾ ആവർത്തനവിരസമായ ഒരു നിശ്വാസത്തോടെ അവൾ അഴുക്കുപിടിച്ച പാത്രങ്ങളുടേയും മുഷിഞ്ഞ തുണികളുടേയും പുകപിടിച്ച അടുപ്പുകളുടേയും ഇടയിലേക്ക് ഊളിയിട്ടു.

സ്വന്തം മനസ്സിനെ അതിന്റെ ശൂന്യതയിൽ മേയാൻ വിട്ട് തന്റെ ചെയ്തു തീരാത്ത ജോലികളിൽ സ്വയം നഷ്ടപ്പെടുമ്പോഴാണ് പുറത്തെ ലോകം തനിക്കെത്ര അന്യമാണെന്ന ഒരു വിഷാദചിന്ത യാദൃശ്ചികമായി അവളിലേക്ക് കടന്നുവന്നത്. കുറേയേറെ നാളായി സ്വന്തം ചിന്തകളിൽ നിന്നു പോലും അവൾ അന്യയാക്കപ്പെട്ടിരുന്നു. ആ നിലയ്ക്ക് തന്നിലേക്ക് ഇപ്പോഴൊരു ചിന്ത കടന്നുവന്ന പഴുത് ഏതാണെന്നോർത്ത് അവൾ അത്ഭുതപ്പെട്ടു.

അവൾക്ക് ചുറ്റും മുഷിഞ്ഞ മുറികളുടെ ഗന്ധം നിറഞ്ഞു നിന്നിരുന്നു. ഈ വീടിന്റെ ഉൾത്തടങ്ങളിലെവിടെയോ തന്റെ ആത്മാവ് കുരുങ്ങിക്കിടക്കുകയാണെന്നും ഒരു വലിയ നിശബ്ദത കൊണ്ട് ഇവിടെ താൻ കെട്ടിയിടപ്പെട്ടിരിക്കുന്നുവെന്നും ഒരു ഞെട്ടലോടെ അവൾ അറിഞ്ഞു. ഭിത്തിയിലിരുന്ന് ഒരു വലിയ പല്ലി അവളെ തുറിച്ചു നോക്കി. മുകളിൽ വലകെട്ടി ഇരയെ കാത്തിരിക്കുന്ന എട്ടുകാലിയെ കണ്ട് അവൾ കണ്ണുകൾ ഇറുക്കിയടച്ചു. അവ കാലുകൾ നിവർത്തി, വൃത്തികെട്ട വായ തുറന്ന് തന്നെ വിഴുങ്ങിയേക്കുമോയെന്ന് അവൾ ഭയന്നു. തൊണ്ടക്കുഴിയോളമെത്തിയ ഒരു നിലവിളിയെ വിഴുങ്ങിക്കൊണ്ട് അവൾ വീണ്ടും തന്റെ ചിന്തകളിലേക്കു മടങ്ങി.

ചിന്തകളിൽ അവളപ്പോൾ ഒരു പാവാടക്കാരിയായിരുന്നു. പുൽനാമ്പുകളിൽ പറ്റിപ്പിടിച്ചിരിക്കുന്ന കുഞ്ഞുപൂക്കളുടെ സൗന്ദര്യത്തിൽ അത്ഭുതം കൂറി നടന്നിരുന്ന ഒരു പാവാടക്കാരി. ആ പാവാടക്കാരിയിൽ നിന്ന് ഇന്നവൾ ജനലിനപ്പുറത്തെ നരച്ച കാഴ്ചകളിലേക്ക് മാത്രം മുഖം തിരിക്കുന്നവളായി വളർന്നിരിക്കുന്നു. പൂക്കളുടേയും പൂമ്പാറ്റകളുടേയും ആ പഴയ ലോകം തന്റെ കഴിഞ്ഞുപോയ ഏതോ ജന്മത്തിലേതാണെന്ന് അവൾ സ്വയം വിശ്വസിപ്പിച്ചിരുന്നു. തന്റെ മനസ്സിൽ വികാരങ്ങൾ ശൂന്യമായിപ്പോയതും ചിന്തകളിൽ നിന്ന് അക്ഷരങ്ങൾ വേർപെട്ടതും മറക്കാൻ അവൾ ഇഷ്ടപ്പെട്ടു.

ദഹിക്കാതെ കിടക്കുന്ന ചിന്തകളെ വായിൽ വിരലിട്ട് ഛർദ്ദിപ്പിച്ചുകളഞ്ഞ് അവൾ മുറിയുടെ ഏകാന്തതയിലേക്ക് കടന്നു. ഉറക്കുത്തിയ മച്ചിൽ നിന്ന് പൊടിഞ്ഞ മഞ്ഞപ്പൊടി ഊതിയകറ്റി നനുത്ത സ്മരണകളുടെ ആലസ്യത്തിൽ തണുത്ത തറയിലേക്ക് മുഖം ചേർത്ത് കിടക്കവേ അവൾക്ക് വെറുതേ ഒന്നു കരയണമെന്നു തോന്നി.

വൈകിയുറങ്ങുന്ന രാത്രികളിൽ നിലാവിന്റെ ശകലങ്ങൾക്കിടയിലൂടെ മഞ്ചാടിമണികൾക്കും മയിൽപ്പീലികൾക്കും ഇടയിൽ സൂക്ഷിച്ച തന്റെ സ്വപ്നങ്ങൾ തേടി അലയുമ്പോൾ അവളറിഞ്ഞു. താൻ തനിച്ചാണ്! തനിച്ച്... മഴയുടെ കണ്ണീർപ്പാടത്തിലേക്ക് തനിച്ചിറങ്ങി വരുന്ന വിഷാദത്തിന്റെ തായ് വേരുകൾ... അറിയാതെ പടരുന്ന വേദനയുടെ രാവറിയാ ചിന്തകൾ... എവിടെയോ നഷ്ടമായ കുപ്പിവളപ്പൊട്ടുകൾ... സ് നേഹശൂന്യതയുടെ വിജനതയിൽ തനിച്ചായപ്പോൾ തനിക്കെന്തൊക്കെയോ നഷ്ടപ്പെട്ടു; കാലത്തിന്റെ ഇടനാഴികളിൽ എവിടെയോ...!

തനിക്കായി മാറ്റിവയ്ക്കപ്പെട്ട വിരസമായ പകലുകൾക്കുവേണ്ടി അവൾ കണ്ണുകൾ ഇറുക്കിയടച്ചു.

പതിവുപോലെ തനിച്ചാക്കപ്പെട്ട ഏതോ ഒരു ദിവസത്തിലാണ് മുഷിഞ്ഞ തുണികളെയും തീർക്കാനുള്ള ജോലികളെയും മറന്ന് അവളറിയാതെ ഒരു സ്വപ്നത്തിലേക്ക് വീണുപോയത്.

സ്വപ്നത്തിൽ അവൾക്ക് ഒരു മത്സ്യത്തിന്റെ രൂപമായിരുന്നു. ഒരു ചെറിയ തടാകത്തിന്റെ പരിമിതിയിൽ നിന്നുകൊണ്ട് പുറത്തെ കാഴ്ചകളിലേക്ക് അലക്ഷ്യമായി കണ്ണോടിക്കവേ കരയിൽ തന്നെ ഉറ്റുനോക്കുന്ന ഒരു നീലപ്പൊന്മാനെ കണ്ട് അവൾ ഞെട്ടി. പക്ഷേ അതിന്റെ കണ്ണുകളിലെ സ്നേഹത്തിന്റെ തിളക്കം അവളെ ഭയത്തിന്റെ പിടിയിൽ നിന്നും അകറ്റി.

പിന്നീട് മറ്റേതോ ഒരു ദിവസത്തിലാണ് അവൾ ആ പൊന്മാനുമായി ഒരു ചങ്ങാത്തം സ്ഥാപിച്ചത്. വെള്ളത്തിനു മുകളിലേക്ക് പൊന്തി വന്ന് അവന്റെ തപസ്സിന്റെ കാരണം അന്വേഷിക്കുവാനുള്ള ധൈര്യം തനിക്കെങ്ങനെയുണ്ടായി എന്ന് ആ നിമിഷത്തിൽ അത്ഭുതപ്പെടാതിരിക്കാനും അവൾക്ക് കഴിഞ്ഞില്ല.

സ്നേഹത്തെക്കുറിച്ച് മറ്റൊരു ദിവസം പൊന്മാൻ വാചാലനായപ്പോഴാണ് സ്നേഹത്തിന്റെ ഒരു മയിൽപ്പീലിത്തുണ്ട് തന്റെ മനസ്സിൽ ഇപ്പോഴും ബാക്കി കിടപ്പുണ്ടെന്ന സത്യം അവൾ അറിഞ്ഞത്.

വൈകിയെത്തുന്ന ഭർത്താവിന്റെ പതിവു ചോദ്യങ്ങളിൽ സ്വയം നഷ്ടപ്പെടുമ്പോഴും കുട്ടികളുടെ വാശിയിൽ സംയമനം നേടാൻ ശ്രമിക്കുമ്പോഴും അവൾ തന്റെ സ്വപ്നത്തെ താലോലിക്കാൻ വൃഥാ ശ്രമിച്ചുകൊണ്ടിരുന്നു. പകലുകൾക്കു വേണ്ടി അവൾ രാത്രികളെ ഞെക്കിക്കൊന്നു. പകലറുതികളിലെ ഏകാന്തതയിലേക്ക് തനിക്കു കൂട്ടായി വരുന്ന സ്വപ്നത്തിനായി അഴുക്കു പിടിച്ച ആവർത്തനങ്ങളെ തള്ളിനീക്കി അവൾ ഒരു ധ്യാനത്തിലെന്നപോലെ കണ്ണടച്ചിരുന്നു.

അന്ന് കരയിലേക്ക് കുറച്ചുകൂടി അടുത്ത് അവൾ അവനോട് സംസാരിച്ചു. തന്റെയുള്ളിലെ ശൂന്യത മറ്റെന്തിനോ വഴിമാറുന്നതും അവിടെ സ്നേഹത്തിന്റെ സാന്ത്വനം ഒഴുകിപ്പരക്കുന്നതും നേർത്തൊരു അമ്പരപ്പോടെ അവൾ അറിഞ്ഞു. ജീവിതത്തിന്റെ അപരിചിതമായ വഴികളിലൂടെയാണ് താനിപ്പോൾ സഞ്ചരിക്കുന്നതെന്ന് അവൾക്ക് തോന്നി. വരണ്ടുപോയ തന്റെ ആത്മാവിലേക്ക് ഒരു നനുത്ത നിലാവായി കടന്നുവരുന്ന സ് നേഹത്തിന് അവന്റെ ഛായയാണെന്നും അവൾ അറിഞ്ഞു. ഏതോ

ഒരു നിമിഷത്തിൽ അവന്റെ നീണ്ട കൊക്ക് തന്റെ ഉടലിൽ സ്നേഹത്തിന്റെ മുദ്ര ചാർത്തിയപ്പോൾ ഉള്ളിലെ വേദന മുഴുവൻ അലിഞ്ഞില്ലാതാവുന്നത് ഒരു അമ്പരപ്പോടെ അവൾ അറിഞ്ഞു. ആ നിമിഷത്തിൽ അവൻ തന്നെ കൊത്തിയെടുത്ത് ആരും എത്താത്ത ദിക്കിലേക്ക് പറന്നുപോയിരുന്നെങ്കിൽ എന്നവൾ അതിയായി ആശിച്ചു. പക്ഷേ അതൊരു സ്വപ്നം മാത്രമായിരുന്നു എന്നറിഞ്ഞപ്പോൾ എന്തിനെന്നറിയാതെ അവൾക്ക് വീണ്ടും ഒന്നു കരയണമെന്നു തോന്നി.

മുഷിഞ്ഞ തുണികളുടേയും പുകനിറഞ്ഞ അടുപ്പുകളുടേയും ഇടയിൽ ഏകാന്തതയുടെ കരിപിടിച്ച മുഖവുമായി നിൽക്കുമ്പോൾ അവൾ തീർത്തും നിർവ്വികാരയായിരുന്നു. ഒരിക്കലും നേടാനാവാത്ത ഒരു സ്വപ്നത്തിന്റെ തണലിൽ തന്റെ തളർന്ന മനസ്സിനെ വെറുതെ താങ്ങി നിർത്താൻ എന്തുകൊണ്ടോ അവളപ്പോൾ ആഗ്രഹിച്ചു. അപ്പോഴെല്ലാം തന്റെയുള്ളിൽ എവിടെയോ ഒരു കുറ്റബോധം അലയടിച്ചുയരുന്നത് അവളറിഞ്ഞു. ഇനിയൊരിക്കലും തനിക്കൊരു സീതയോ സാവിത്രിയോ ആയി നടിക്കാൻ കഴിയില്ലെന്ന് അവൾക്ക് തോന്നി.

രാത്രി തന്റെ ഉടലിനെ തേടിയെത്തുന്ന കൈകൾക്കു കീഴിൽ തണുത്തു മരവിച്ചു കിടക്കുമ്പോൾ കനത്ത പേമാരിയിൽ കൊടുങ്കാടിനുള്ളിലെ കറുത്ത വൃക്ഷക്കൊമ്പിൽ നനഞ്ഞ ചിറകുമൊതുക്കിയിരിക്കുന്ന ഒരൊറ്റക്കിളിയാണ് താനെന്ന് അവൾക്ക് തോന്നി. ഏതോ നഷ്ടബോധത്തിന്റെ കൂർത്ത നഖങ്ങൾ തന്റെ ഹൃദയഭിത്തിയിൽ തുളച്ചുകയറുന്നതും ഏതോ രാക്കുയിലിന്റെ നിശബ്ദ ഗാനം തന്നെ ബധിരയാക്കുന്നതും അവളറിഞ്ഞു. നെടുവീർപ്പുകളെ ഭക്ഷണമാക്കി, വേദന വിറങ്ങലിച്ച നിലാവിനെ നോക്കി വെറുതെ കിടക്കുമ്പോൾ ഒരിക്കൽകൂടി തന്റെ സ്വപ്നങ്ങളിലേക്കിറങ്ങിച്ചെല്ലാൻ അവൾക്ക് അതിയായ കൊതി തോന്നി. താനാ സ്വപ്നത്തെ ഇപ്പോൾ വളരെയധികം സ്നേഹിക്കുന്നുണ്ടെന്ന് അവളറിഞ്ഞതും അപ്പോഴായിരുന്നു.

രണ്ട്: നാട്യം

നനഞ്ഞ പൂഴിയിൽ താണുപോകുന്ന കാലുകൾ
വലിച്ചൂരിയെടുത്തുകൊണ്ട് അവൾ അയാൾക്കൊപ്പം നടന്നു.
അസ്തമയസൂര്യന് എന്നത്തേയും പോലെയുള്ള സൗന്ദര്യമില്ലെന്ന്
അവൾക്കുതോന്നി. അയാളാവട്ടെ മറ്റേതോ ചിന്തകളിൽ മുഴുകി
നടക്കുകയായിരുന്നു. പെട്ടെന്ന് തലതിരിച്ച് അയാൾ അവളോട്
ചോദിച്ചു.

"എന്തിനാണ് നീ അത്യാവശ്യമായി കാണണമെന്ന് പറഞ്ഞത്?"

"കാണുവാൻ... വെറുതേ കാണുവാൻ വേണ്ടി"

അയാളുടെ മുഖത്ത് ഈർഷ്യ പരക്കുന്നത് അവൾ കണ്ടു.

"തമാശ കളയൂ അമലാ, എന്തെല്ലാം തിരക്കുകൾക്കിടയിൽ
നിന്നാണ് ഞാനോടി വരുന്നതെന്ന് നിനക്കറിയുമോ?

അവളത് ശ്രദ്ധിക്കാതെ നടന്നുകൊണ്ടിരുന്നു. ആദ്യമായാണ്
അയാൾ അവൾക്കായി ഒരു സായാഹ്നം നീക്കിവയ്ക്കുന്നത്. അവൾ
കണ്ടുമുട്ടിയ സായന്തനങ്ങൾ എല്ലാം തന്നെ അവൾ
അയാൾക്കുവേണ്ടി നീക്കിവച്ചവയായിരുന്നു.

"നിൽക്കൂ... എങ്ങോട്ടാണ് നീയീ പോകുന്നത്?
നമുക്കിവിടെയെവിടെയെങ്കിലും ഇരിക്കാം. എന്നിട്ട് നിനക്കെന്താണ്
പറയാനുള്ളതെന്ന് പറയൂ..."

"എനിക്ക് പറയാനുള്ളതെല്ലാം കേൾക്കാൻ നിങ്ങൾക്ക്
സമയമുണ്ടാകുമോ ആനന്ദ്? വരൂ... നമുക്ക് ഈ കടൽക്കരയിലൂടെ
അവസാനമില്ലാതെ ഇങ്ങനെ നടക്കാം.. ഈ തിരകളുടെ
പൊട്ടിച്ചിരികൾ കേട്ടുകൊണ്ട്!

"നിനക്ക് ഭ്രാന്താണ്" അയാൾ മുഖം തിരിച്ചു.

അതെ എനിക്ക് ഭ്രാന്താണ്. നിങ്ങൾ പോലും ആ ഭ്രാന്തിന്റെ
ഭാഗമാണല്ലോ.

അവളുടെ ചിന്തകൾക്ക് ഒരിക്കലും ചെവികൊടുക്കാൻ
കഴിയാതിരുന്ന അയാൾ ഒരു ചെറിയ പാറമേൽ തന്റെ കൈലേസു

വിരിച്ചപ്പോൾ പതിവുപോലെ അവൾക്ക് തോൽക്കേണ്ടി വന്നു.
അയാൾക്കടുത്ത് നനഞ്ഞ പൂഴിയിൽ ഇരിക്കുമ്പോൾ
എന്തുകൊണ്ടോ അവൾക്ക് കരച്ചിൽ വന്നു.

അയാൾ അവളുടെ കൈകൾ എടുത്ത് പതുക്കെ തടവിക്കൊണ്ട്
സ്വരത്തിൽ ആവുന്നത്ര സൗമ്യത കലർത്തി ചോദിച്ചു.

"പറയൂ... ഇന്നെന്താണ് നിന്റെ പ്രശ്നം? ഓഫീസിൽ എന്തെങ്കിലും?
അതോ വീട്ടിലോ?"

അവളപ്പോൾ സൂര്യനുമുകളിൽ പറക്കുന്ന കടൽക്കാക്കകളെ
നോക്കുകയായിരുന്നു.

"വിരസമായ ഈ മൗനം കൊണ്ട് എന്തിനാണ് അമലാ നീയെന്നെ
ഇങ്ങനെ കെട്ടിയിടുന്നത്?നിനക്കറിയുമോ ഞാൻ നിന്നെ
എത്രത്തോളം സ്നേഹിക്കുന്നുവെന്ന്? നിന്റെയീ കണ്ണുകളിലെ
തിളക്കം എത്ര കണ്ടാലും മതിയാവില്ല എനിക്ക്.. നിന്റെ ശബ്ദം
എന്നെ എത്രമാത്രം സന്തോഷിപ്പിക്കുന്നുവെന്ന് അറിയാമോ?"

അവൾ അയാളുടെ കണ്ണുകളിലേക്ക് നോക്കി. തനിക്ക് ഒരിക്കലും
ഇത്തരം നുണകൾ പറയാൻ കഴിയുന്നില്ലല്ലോയെന്ന് നിരാശയോടെ
അവളോർത്തു. ഒരു മൂന്നാംകിട കാമുകന്റെ വേഷം അയാൾക്ക്
ഒട്ടും യോജിക്കില്ലെന്ന് പറയാൻ തോന്നിയെങ്കിലും അവളത്
വേണ്ടെന്നു വച്ചു. ഒരു വാക്കുകൊണ്ടു പോലും അയാളുടെ
മുഖംമൂടി വലിച്ചുകീറാൻ അവൾ ഇഷ്ടപ്പെട്ടില്ല. ആ നാട്യം
അവൾക്കാവശ്യമായിരുന്നു.

അയാൾ തന്നെ ഒരിക്കലും സ്നേഹിക്കില്ലെന്ന്
അറിഞ്ഞുതന്നെയാണ് അവൾ അയാളോട് അടുത്തത്. സ്
നേഹത്തിന്റേതായ ഒരു നാട്യമെങ്കിലും അവൾക്ക്
ആവശ്യമായിരുന്നു. മരുഭൂമി പോലെ വരണ്ടുപോയ അവളുടെ
മനസ്സിൽ ഒരു ജലകണിക പോലെ പറ്റിച്ചേരാൻ...!

"എന്നെ ഒരു പെണ്ണായിട്ടല്ലാതെ ഒരു വ്യക്തിയായിട്ട് ഇഷ്ടപ്പെടാൻ
കഴിയുമോ ആനന്ദിന്? പെണ്ണിന്റെ സൗന്ദര്യത്തെ മാത്രം
ഇഷ്ടപ്പെടുന്ന വിലകുറഞ്ഞ ഈ സ്നേഹത്തെ ഞാൻ

വെറുക്കുന്നു." പറയാൻ കരുതിയത് ഇതൊന്നുമല്ലെന്ന്
ഓർമ്മിച്ചുകൊണ്ടുതന്നെ അവൾ പറഞ്ഞത് ഇതായിരുന്നു.
എന്തുകൊണ്ടോ അയാളതിനു മറുപടി പറഞ്ഞില്ല. ഒരു മറുപടി
അവൾ ആഗ്രഹിച്ചതുമില്ല.

"പറയുവാൻ ഒരുപാടുള്ളപ്പോൾ ഒന്നും പറയാൻ കഴിയുന്നില്ല.
എനിക്കെന്തോ ഒന്നു കാണണമെന്നു തോന്നി. ചിലപ്പോഴൊക്കെ
നിങ്ങൾ അടുത്തുള്ളത് വലിയൊരാശ്വാസമാണ്, ആനന്ദ്"

അവൾ പൂഴികൾക്കിടയിൽ നിന്ന് ഒരു ചിപ്പിത്തോട് എടുത്ത്
വെറുതേ നോക്കിക്കൊണ്ടിരുന്നു. ഉച്ചകഴിഞ്ഞപ്പോഴാണ് അയാൾക്ക്
അവളുടെ ഫോൺ വന്നത്. അത്യാവശ്യമായി ഒന്നു കാണണമെന്നു
മാത്രം പറഞ്ഞ് അവൾ ഫോൺ കട്ടുചെയ്യുകയായിരുന്നു.

"ചിലപ്പോഴൊക്കെ നിന്റെ വാശി എന്നെ ദേഷ്യം പിടിപ്പിക്കാറുണ്ട്.
നോക്ക്, ഇത്രനേരമായിട്ടും എന്തായിരുന്നു നിന്റെ അത്യാവശ്യമെന്ന്
എനിക്ക് മനസ്സിലായിട്ടില്ല. ഈ കടൽത്തിര എണ്ണുകയോ?"

പരസ്പരം വെറുക്കാതിരിക്കാൻ വളരെയധികം
കഷ്ടപ്പെടുന്നവരാണ് തങ്ങളെന്ന് അവൾക്ക് തോന്നി. ആ
വെറുപ്പിനിടയിൽപ്പെട്ട് ഞെരുങ്ങി കഷ്ടപ്പെടുന്ന തങ്ങളുടെ സ്
നേഹത്തെക്കുറിച്ചോർത്ത് അവൾക്ക് സഹതാപം തോന്നി.

"ആരോടൊക്കെയോ തെറ്റുചെയ്യുന്നു എന്നൊരു തോന്നൽ..."
അവൾ പതുക്കെ പറഞ്ഞു.

"എന്തിന്? ഇതുവരെ തോന്നാത്ത ഒരു തോന്നൽ ഇപ്പോഴെന്തിന്?
പുതിയതൊന്നും ആലോചിച്ച് ഉണ്ടാക്കണ്ട. സ്നേഹം തെറ്റാണോ?
സ്നേഹിക്കുന്നത് തെറ്റാണോ? എന്തിനാണ് അമലാ നീയിപ്പോ
ഇങ്ങനെയൊക്കെ ചിന്തിക്കുന്നത്? അതുകൊണ്ട് ഒരു
പ്രയോജനവും ഇല്ലായെന്നിരിക്കേ?"

അവൾക്കും അറിയില്ലായിരുന്നു. കഴിഞ്ഞ കുറേ മാസങ്ങളായി
തോന്നാത്തത് ഇപ്പോഴെന്തിന് തോന്നിയെന്ന് അവളും
ചിന്തിക്കാതിരുന്നില്ല. വെറുതെ ഒന്ന് കരയാനെങ്കിലും

കഴിഞ്ഞിരുന്നെങ്കിൽ എന്നവൾ അതിയായി ആശിച്ചു. അവളുടെ തലമുടിയിൽ തടവിക്കൊണ്ട് അയാൾ പതുക്കെ പറഞ്ഞു.

"ഒന്നും ചിന്തിക്കണ്ട... ഒന്നും...

അയാളപ്പോൾ തന്നെയൊന്ന് ചേർത്ത് പിടിച്ചിരുന്നെങ്കിൽ എന്നവൾ അതിയായി ആശിച്ചു. പക്ഷേ അതിനയാൾക്ക് അവളുടെ അനുവാദം ആവശ്യമായിരുന്നു.

വീട്ടിലെ സ്വീകരണമുറിയിലെ സെറ്റിയിൽ നിസ്സംഗനായിരുന്ന് ഏതോ മാസിക മറിച്ചു നോക്കുകയായിരുന്ന ഭർത്താവിനെ കടന്ന് അകത്തേക്ക് പോകുമ്പോൾ 'നീയെന്തേ ഇത്ര വൈകി' എന്നെങ്കിലും അയാളൊന്ന് ചോദിച്ചിരുന്നെങ്കിൽ എന്നവൾ ആശിച്ചു. അയാൾ തന്നോട് സംസാരിച്ചിരുന്ന കാലം യുഗങ്ങൾക്ക് മുമ്പായിരുന്നുവെന്ന് അവൾക്ക് തോന്നി. ഒരുപക്ഷേ കഴിഞ്ഞ ജന്മത്തിൽ എപ്പോഴോ... കിടപ്പറയിൽ മാത്രം ആവശ്യമുള്ള ഒരു ഉപകരണമായി അയാൾക്കവൾ മാറിയപ്പോൾ മുതൽ അവൾ അയാളെയും ഒപ്പം രാത്രികളെയും കഠിനമായി വെറുത്തു. ഭാര്യ അയാൾക്ക് വസ്ത്രം അലക്കിക്കൊടുക്കുവാനും ഭക്ഷണം പാകം ചെയ്യുവാനും മറ്റും മാത്രമുള്ള വെറുമൊരു ഉപകരണം മാത്രമായിരുന്നു. അതുകൊണ്ട് തന്നെയാണ് ഒരു പകരം വീട്ടൽ പോലെ അവൾ ഒരു കാമുകനെ തിരഞ്ഞെടുത്തത്. അയാൾക്ക് തന്റെ ഹൃദയം ആവശ്യമില്ലെന്നറിഞ്ഞിട്ടു കൂടി.

* * *

തിരക്കു പിടിച്ച പാർക്കിലെ കോൺക്രീറ്റ് ബെഞ്ചിൽ അയാളോടൊപ്പമിരുന്ന് അന്നവൾ വെറുതേ ചിരിച്ചു.

"ആനന്ദ് ആലോചിച്ചിട്ടുണ്ടോ? എന്റെ പേരിനെക്കുറിച്ച്? എനിക്കാരാവും ഈ പേരിട്ടത്. അമ്മയോ അച്ഛനോ? ആരായാലും ശരി ഈ പേരെനിക്ക് ഒരിക്കലും യോജിക്കില്ലെന്ന് അന്നവർ അറിഞ്ഞു കാണില്ല. എന്റെ മനസ്സ് മലിനമാണ്. ഞാനതിൽ വിഷജന്തുക്കളെ വളർത്തുന്നു. എന്നിട്ടും എന്നെയെല്ലാവരും അമലയെന്ന് വിളിക്കുന്നു."

നേരം സന്ധ്യയാകാറായിരുന്നു.

"നിനക്ക് വീട്ടിൽ പോകണ്ടേ? സമയം ഒരുപാടായി" അയാൾ എഴുന്നേറ്റുകൊണ്ട് ചോദിച്ചു.

"എനിക്കങ്ങോട്ട് പോകണമെന്നില്ല. മറ്റെങ്ങോട്ടെങ്കിലും പോകാൻ ഒരിടമുണ്ടായിരുന്നെങ്കിൽ ഞാനൊരിക്കലും ആ വീട്ടിലേക്ക് പോകില്ലായിരുന്നു"

അവളുടെ വിരലുകളിൽ തൊട്ടുകൊണ്ട് അയാൾ ചിരിച്ചു.

"അങ്ങനെയൊന്നും പറയരുത്. അയാൾ എത്രയായാലും നിന്റെ ഭർത്താവല്ലേ? നിന്റെ സ്നേഹം തീർച്ചയായും അയാൾക്കവകാശപ്പെട്ടതാണ്."

അയാളുടെ കാപട്യത്തിന്റെ തുളവീണ മുഖത്തേക്ക് നോക്കിയപ്പോൾ അവൾക്ക് വീണ്ടും ചിരിവന്നു. ഞാൻ നിങ്ങളുടെ കൂടെ വന്നേക്കുമോയെന്ന് നിങ്ങൾ ഭയപ്പെടുന്നു. ഒരിക്കലും ഞാനെന്ന ബാദ്ധ്യത ഏറ്റെടുക്കുവാൻ നിങ്ങൾ തയ്യാറാവില്ലെന്ന് എനിക്കറിയാം. ഒരു പക്ഷേ നിങ്ങളേക്കാളധികം!

അവൾ ബസ്സ്റ്റോപ്പിലേക്ക് നടന്നു. എന്തുകൊണ്ടോ അയാളോട് യാത്ര പറയേണ്ട ആവശ്യം ഇപ്പോഴില്ലെന്ന് അവൾക്ക് തോന്നി.

* * *

മഴ പെയ്തു തോർന്ന ഒരു നനഞ്ഞ സായാഹ്നത്തിൽ മഴത്തുള്ളികൾ ഇറ്റു വീഴുന്ന കാറ്റാടി മരങ്ങൾക്കിടയിലൂടെ നടക്കുമ്പോൾ അയാൾ പറഞ്ഞു.

"ഞാനോർക്കുകയായിരുന്നു. അമലാ, നമ്മൾ കണ്ടുമുട്ടാൻ ഒരുപാട് വൈകിപ്പോയി അല്ലേ? മുമ്പായിരുന്നെങ്കിൽ തീർച്ചയായും ഞാൻ നിന്നെ വിവാഹം കഴിക്കുമായിരുന്നു."

അക്ഷരങ്ങൾ കള്ളം പറയുമെന്ന് അവൾ അറിഞ്ഞത് അയാളുടെ വാക്കുകളിലൂടെയായതിനാൽ അവൾക്ക് വിശേഷിച്ചൊന്നും തോന്നിയില്ല. എങ്കിലും തികട്ടിവന്ന ഒരു ചിരിയെ അവൾ പണിപ്പെട്ട്

അമർത്തി. ഈ കണ്ടുമുട്ടൽ അഞ്ചുവർഷങ്ങൾക്ക് മുമ്പേയായിരുന്നെങ്കിലും അയാൾ അതിന് തയ്യാറാവില്ലെന്ന് അവൾക്ക് അറിയാമായിരുന്നു. ഒരു രാത്രി ഒന്നിച്ചുകഴിഞ്ഞാൽ തീരുന്ന ഇഷ്ടം മാത്രമേ അയാൾക്ക് തന്നോടുള്ളുവെന്നും അവൾ മനസ്സിലാക്കിയിരുന്നു.

"ആനന്ദ്, നിങ്ങളെന്നെ ഒരിക്കലും സ്നേഹിക്കരുത്. പരസ്പരം വെറുക്കാതിരിക്കാൻ നമുക്കൊരിക്കലും സ്നേഹിക്കാതിരിക്കാം."

എന്തുകൊണ്ടോ അവൾക്കപ്പോൾ അങ്ങനെ പറയാനാണ് തോന്നിയത്.

"എനിക്ക് ചിലപ്പോഴൊന്നും നീ പറയുന്നത് തീരെ മനസ്സിലാവുന്നില്ല. എന്താണ് അമലാ നീയിങ്ങനെ?"

അവളതിനു മറുപടി പറഞ്ഞില്ല.

സ്നേഹം പൊള്ളയായ ഹൃദയത്തിന്റെ വെറും ആവർത്തനങ്ങൾ മാത്രമാണെന്നു പറഞ്ഞാൽ നിങ്ങൾക്ക് മനസ്സിലാവുമോ?

സ്നേഹത്തിന്റെ അവസാനം വെറുപ്പാണെന്നു പറഞ്ഞാൽ നിങ്ങൾക്ക് മനസ്സിലാവുമോ?

ഉള്ളിൽ ഒരു വലിയ നിലവിളിയെ അടക്കിവച്ചുകൊണ്ടാണ് ഞാൻ ചിരിക്കുന്നതെന്നു പറഞ്ഞാൽ നിങ്ങൾക്ക് മനസ്സിലാവുമോ?

എന്നിൽ നിന്ന് ഇറങ്ങിപ്പോകാൻ തുടങ്ങുന്ന ഒരു ശീലാവതിയെ ഞാനെന്റെയുള്ളിൽ ഇപ്പോഴും കെട്ടിയിടാൻ ശ്രമിക്കുകയാണെന്നു പറഞ്ഞാൽ നിങ്ങൾക്ക് മനസ്സിലാവുമോ?

ഇല്ല... നിങ്ങൾക്കൊന്നും മനസ്സിലാവില്ല.. ഒന്നും!

'എനിക്കാവശ്യം ഒരിക്കലും അവസാനിക്കാത്ത നിങ്ങളുടെ ഈ നാട്യം മാത്രമാണ്. സ്നേഹമെന്ന നാട്യം' എന്ന് പറയാൻ തോന്നിയെങ്കിലും ഒരിക്കലും പറയാത്തവയുടെ കൂട്ടത്തിലേക്ക് അവളതും കൂടി മാറ്റിവച്ചു.

അപ്പോഴേക്കും, അവളുടെ മനസ്സിന്റെ വിചാരങ്ങൾ മനസ്സിലാക്കാൻ കഴിയാത്ത അയാൾ നടന്നു തുടങ്ങിയിരുന്നു. അവളെ ഒരിക്കലും മനസ്സിലാക്കാത്തവരുടെ കൂട്ടത്തിലേക്ക്!!

മൂന്ന്: ഓർമ്മകളിൽ ഇരുൾ വീഴുമ്പോൾ

അരുണ വിശ്വനാഥ് ആത്മഹത്യ ചെയ്തു എന്നു കേട്ടപ്പോൾ എന്തുകൊണ്ടോ ഞാൻ ഞെട്ടിയില്ല. ഞാനത് വളരെ മുമ്പ് തന്നെ പ്രതീക്ഷിച്ചിരുന്നു. ഒരു ആത്മഹത്യയ്ക്കു മാത്രമേ അത്രമേൽ കലുഷിതമായ അവളുടെ മനസ്സിനെ രക്ഷപ്പെടുത്താൻ കഴിയുമായിരുന്നുള്ളൂ. എന്തുകൊണ്ടാണ് അവളിത് ചെയ്യുവാൻ ഇത്ര വൈകിയത് എന്നു മാത്രമായിരുന്നു ഞാനാ സമയത്ത് ആലോചിച്ചത്.

അരുണ എന്റെ സുഹൃത്തായിരുന്നു. മറ്റെല്ലാ സുഹൃത്തുക്കളിൽ നിന്നും തികച്ചും വ്യത്യസ്തയായ ഒരു സുഹൃത്ത്. അവൾ എന്നും എനിക്ക് ഒരു വേദനയായിരുന്നു. ഒരു ആത്മഹത്യകൊണ്ട് അവളെന്നെ ആ വേദനയിൽ നിന്നും കൂടി രക്ഷപ്പെടുത്തിയിരിക്കുന്നു.

അവസാനമായി ഞാനവളെ കണ്ടത് ഒരു മാനസിക രോഗാശുപത്രിയുടെ തണുത്ത ഇടനാഴികളിലെവിടെയോ വച്ചായിരുന്നു. ചായം പോയ സിമന്റുബഞ്ചിൽ നിർവ്വികാരയായിരുന്ന് അന്നവൾ ആദ്യമായി പൊട്ടിച്ചിരിക്കുന്നത് ഞാൻ കണ്ടു. ഒരിക്കലും ഒരു മനോരോഗിയായി ഞാനവളെ സങ്കൽപ്പിച്ചിട്ടില്ലാത്തതിനാലാവാം അന്നുമുതൽ അരുണ വിശ്വനാഥ് എന്റെ ഹൃദയത്തിൽ ഒരു മുറിവായി.

ആശുപത്രിയുടെ ഇരുണ്ട ഇടനാഴിയുടെ അറ്റത്തെ ഇരുമ്പഴികളിൽ മുഖമമർത്തി അവൾ പറഞ്ഞു.

"മകൾ, സഹോദരി, ഭാര്യ... എല്ലാ വേഷങ്ങളും അഴിച്ചെറിഞ്ഞ് ശൂന്യമായിത്തീർന്ന ഒരു ജീവിതത്തിന്റെ വക്കിൽ ഇനിയെന്തുവേണമെന്നറിയാതെ നിൽക്കുകയാണ് ഞാൻ. എല്ലാ യുദ്ധങ്ങളിലും പരാജയപ്പെട്ട ഒരു പോരാളിയാണ് ഞാനിപ്പോൾ... അല്ലേ വിശാൽ?"

യാത്ര പറഞ്ഞപ്പോൾ അന്നാദ്യമായി എന്റെ തോളിൽ മുഖം ചായ്ച്ച് അവൾ ഉറക്കെ കരഞ്ഞു. വെറുതേ ഒന്നാശ്വസിപ്പിക്കാൻ പോലും എന്റെ കയ്യിൽ വാക്കുകൾ തടഞ്ഞില്ല.

ഇനിയൊരിക്കലും അവളുടെ കണ്ണുനീർ വീണ് എന്റെ സന്ധ്യകൾ നനയില്ല. ഇനിയൊരിക്കലും അരുണ വിശ്വനാഥ് എന്റെ രാത്രികളെ ശ്വാസംമുട്ടിച്ചു കൊല്ലില്ല. ദുഃഖമല്ല, ഒരുതരം മരവിപ്പാണ് തോന്നുന്നത്.

എന്നോ ഒരിക്കൽ മഴപെയ്തുതോർന്ന ഒരു നനഞ്ഞ പ്രഭാതത്തിൽ എന്റെ സ്വീകരണമുറിയിലെ സെറ്റിയിൽ നിസ്സംഗയായിരുന്ന് അവൾ പറഞ്ഞു.

"ഇന്നലെ രാത്രി ഞാൻ തനിച്ചായിരുന്നു. ഏതോ പഞ്ചനക്ഷത്ര ഹോട്ടലിന്റെ സ്യൂട്ട്റൂമിൽ വിശ്വം ഇന്നലെ രാത്രി ആഘോഷിക്കുമ്പോൾ, നിർത്താതെ പെയ്ത മഴയിൽ ആ വലിയ വീടിന്റെ ഏകാന്തതയിൽ ഉറക്കം വരാതെ ഞാൻ... സ്നേഹത്തിന്റെ നാട്യവും നുണകളുടെ കൂമ്പാരവുമായി വിശ്വം വരുന്നതിനു മുമ്പേ ഞാനവിടെ നിന്ന് ഇറങ്ങി നടന്നു."

ഞാൻ കൊടുത്ത ചൂടുകോഫി കുടിച്ചശേഷം ഗുൽമോഹർ മരങ്ങൾക്കിടയിൽ മൂടൽമഞ്ഞ് പരക്കുന്നത് നോക്കിനിന്നുകൊണ്ട് അവൾ പറഞ്ഞു.

"സ്ത്രീയെന്ന് പറയുന്നവൾ ഒരു വിഡ്ഢിയാണ് വിശാൽ... ഭർത്താവിന് വേണ്ടി ജീവിതത്തെ കുരുതി കൊടുക്കുന്നവൾ. വിവാഹത്തിന്റെ ആദ്യനാളുകളിലെ സ്നേഹം ഇല്ലാതാവുമ്പോൾ തന്റെ ആത്മാഭിമാനം പോലും മറന്ന് സ്നേഹത്തിനായി അയാൾക്കു പിന്നാലെ നടന്ന് യാചിക്കുന്നവൾ. ഒടുവിൽ അയാൾ അവളെ ജീവിതത്തിന്റെ ഒരു മൂലയിലേക്ക് തട്ടിമാറ്റുമ്പോൾ എല്ലാം നശിച്ചെന്നു പറഞ്ഞ് വിലപിക്കുന്നവൾ.. ലോകത്ത് ഏറ്റവും വിലപിടിച്ചത് തന്റെ ഭർത്താവിന്റെ സ്നേഹമാണെന്ന് വിശ്വസിക്കുന്ന അവളോളം വിഡ്ഢി വേറെ ആരുണ്ട്?"

പിന്നീടൊരിക്കൽ തിരക്കൊഴിഞ്ഞ റെസ്റ്റോറന്റിൽ ചൂടുള്ള ചായക്കപ്പിൽ അൽപം കൂടി പഞ്ചസാര ചേർത്ത് വെറുതെ ഇളക്കിക്കൊണ്ട് അരുണ പറഞ്ഞു.

"ഞാനൊരു തമാശ പറയട്ടെ വിശാൽ; നാളെ ഞാനും വിശ്വവും കൂടി ഒരു യാത്ര പോകുന്നു. ബിസിനസ്സിന്റെ തിരക്കുകളിൽ നിന്നെല്ലാമൊഴിഞ്ഞ് എന്നെ സന്തോഷിപ്പിക്കുവാൻ വിശ്വം കണ്ടെത്തിയ വഴി! ഒന്നിച്ചു ജീവിക്കുമ്പോൾ നാട്യങ്ങൾ ആവശ്യമില്ലെന്നായിരുന്നു ഞാൻ കരുതിയിരുന്നത്. എന്നാൽ ഒന്നിച്ചു ജീവിക്കുന്നവർക്കിടയിലാണ് നാട്യങ്ങൾ ഏറെ ആവശ്യം. ഞങ്ങളിൽ ആരാണ് കൂടുതൽ നന്നായി അഭിനയിക്കുന്നതെന്ന കാര്യത്തിലേ സംശയമുള്ളൂ."

എന്റെയുള്ളിലെ വാക്കുകൾ വക്കുകൾ പൊട്ടി വികൃതമായി എന്നെ കൊഞ്ഞനംകുത്തി.

"ഈ നാടകം എന്നാണ് ഒന്നവസാനിക്കുക? ഈ വേഷം എനിക്ക് മടുത്തു തുടങ്ങി വിശാൽ...! എല്ലാ രംഗവും ആടിത്തീർത്ത് അരങ്ങൊഴിയുമ്പോൾ പിന്നെയൊന്നും അവശേഷിക്കാത്തവണ്ണം ജീവിതം ശൂന്യമാകുമെന്നോർക്കുമ്പോൾ മാത്രമാണ്..."

പാതിയിൽ വാക്കുകളെ കീറിയെറിഞ്ഞ അവളുടെ മുഖത്തെ അപ്പോഴത്തെ ഭാവമെന്തായിരുന്നുവെന്ന് മാത്രം ഞാനോർക്കുന്നില്ല.

രണ്ടുമാസങ്ങൾക്ക് മുമ്പ് ഒരു വൈകുന്നേരം കരഞ്ഞുകലങ്ങിയ കണ്ണുകളും പാറിപ്പറന്ന മുടിയുമായി എന്റെ വീട്ടിലേക്ക് കയറി വന്ന അരുണ വിശ്വനാഥ് കൊണ്ടുവന്ന വാർത്ത ഞാനൊരിക്കലും പ്രതീക്ഷിക്കാത്തതായിരുന്നു. സെറ്റിയിൽ കിടന്ന ഏതോ ഒരു മാസിക എടുത്ത് അലക്ഷ്യമായി മറിച്ചുനോക്കിക്കൊണ്ട് നിസ്സംഗയായി അവൾ പറഞ്ഞു.

"വിശ്വം ഏതോ ഒരു സ്ത്രീയോടൊത്ത് ഒരു ഫ്ളാറ്റിൽ താമസം തുടങ്ങിയിരിക്കുന്നു"

അമ്പരപ്പോടെ ഞാനവളുടെ മുഖത്തേക്ക് നോക്കിയപ്പോൾ നിറഞ്ഞുവന്ന കണ്ണുകൾ മറയ്ക്കാൻ അവൾ പാടുപെടുകയായിരുന്നു.

"നഷ്ടപ്പെടുമ്പോഴാണ് പലതും നമുക്ക് പ്രിയപ്പെട്ടതാകുന്നത്; അല്ലേ വിശാൽ? ഞാനിപ്പോഴാണ് വിശ്വത്തെ കൂടുതൽ സ്നേഹിക്കുന്നത്"

സെറ്റിയിൽ നിന്നെഴുന്നേറ്റ് എന്റെ മുമ്പിൽ വന്ന് അവൾ ചോദിച്ചു.

"എനിക്കൽപ്പം മദ്യം തരുമോ വിശാൽ? പ്ലീസ്.. എന്തിലൊക്കെയോ ഞാനെന്റെ മനസ്സിനെ കുരുക്കിയിടാൻ ശ്രമിക്കുന്നു... എന്തിലൊക്കെയോ..."

പുറത്ത് പൂത്തുനിൽക്കുന്ന ഗുൽമോഹർ മരങ്ങൾക്ക് ചുറ്റും ചുവന്ന പൂക്കൾ കൊഴിഞ്ഞു വീണുകൊണ്ടിരുന്നു. അവയ്ക്കിടയിലൂടെ ചുവന്ന പരവതാനിയിൽ ചവിട്ടിയെന്നപോലെ നടക്കുമ്പോൾ അവൾക്ക് മറ്റെന്തോ ഒരു ഭാവമായിരുന്നു. എനിക്ക് അപരിചിതമായ ഏതോ ഒരു ഭാവം.

"ഞാൻ വെറുമൊരു ശരീരം മാത്രമായിരുന്നു വിശ്വത്തിന്. എനിക്കൊരു മനസ്സുണ്ടെന്ന്, ഞാനുമൊരു വ്യക്തിയാണെന്ന് ഒരിക്കലും അയാൾ ഓർമ്മിച്ചില്ല... പുരുഷന് ചവിട്ടിത്തേയ്ക്കാനും വലിച്ചെറിയാനും മാത്രമുള്ള വെറുമൊരു വസ്തു മാത്രമാണോ സ്ത്രീ?"

അവൾ പറഞ്ഞതെല്ലാം കേൾക്കുകയല്ലാതെ മറുപടി പറയുവാൻ എന്തുകൊണ്ടോ എനിക്കപ്പോൾ തോന്നിയില്ല. പുരുഷനായി പോയതിൽ സ്വയം ഒരു പുച്ഛമല്ലാതെ!

ഇപ്പോഴെന്റെ മുമ്പിലുള്ളത് മരണത്തിനു മുമ്പ് അവളെഴുതിയ ഡയറിക്കുറിപ്പിലെ വരികളാണ്.

* "അമ്മയുടെ ഉദരത്തിൽ നിന്ന് എന്തിന് എന്നെ പുറത്തുകൊണ്ടുവന്നു? ജന്മം ലഭിക്കാത്തവളെപ്പോലെ ആ ഉദരത്തിൽ നിന്ന് എന്നെ ശവക്കുഴിയിലേക്കു കൊണ്ടുപോയിരുന്നെങ്കിൽ, ആരുമെന്നെ കാണുന്നതിനു മുമ്പ് ഞാൻ മരിച്ചിരുന്നെങ്കിൽ! അന്ധകാരാവൃതമായ സ്ഥലത്തേക്ക്,

പ്രകാശം തമസ്സുപോലെയിരിക്കുന്ന ശൂന്യതയുടെ ദേശത്തേക്ക്,
ഒരിക്കലും മടങ്ങിവരാത്തവിധം ഞാൻ പോകുന്നതിനു മുമ്പ് എന്നെ
ഏകയായി വിടുക...!

എന്റെ വേരുകൾ നീരുറവകളിൽ എത്തിയിരിക്കുന്നു... രാത്രി
മുഴുവൻ എന്റെ ശാഖകളിൽ മഞ്ഞുതുള്ളികൾ പൊഴിയുന്നു...
എന്റെ പ്രഭാത നക്ഷത്രങ്ങൾ ഇരുണ്ടുപോയിരിക്കുന്നു...

ഇനി ഞാൻ ഉറങ്ങട്ടെ...

ശാന്തമായി...!!

* കടപ്പാട്: ജോബ് (ബൈബിൾ)

4. ഉറവയുടെ കുളിര്

മഴപെയ്ത് മണ്ണ് നനഞ്ഞു കിടന്നു. ഇളക്കി മറിച്ചിട്ട മണ്ണിനു മുകളിലൂടെ അവൻ പതുക്കെ ഇഴഞ്ഞു. പുതുമഴയിൽ നനഞ്ഞ മണ്ണിന്റെ ഗന്ധം അവനെ ലഹരി പിടിപ്പിച്ചു. മാളത്തിനകത്ത് വെളുത്ത മുട്ടകൾക്ക് മേലെ അവൾ ചുരുണ്ടു കിടക്കുകയായിരിക്കും. മഴ പെയ്തതിനാൽ മുട്ടകൾക്ക് നന്നായി ചൂടുപകരണം. വെളുത്ത മുട്ടകൾ പൊട്ടി സ്വപ്നങ്ങൾ മനസ്സിൽ ഇഴഞ്ഞു നടന്നു. പടം പൊഴിഞ്ഞ അവന്റെ തിളങ്ങുന്ന ഉടലിൽ നനഞ്ഞ മണ്ണ് പറ്റിപ്പിടിച്ചു.

അവന്റെ പ്രതീക്ഷകൾക്ക് വിപരീതമായി അവൾ മുട്ടകളിൽ മുഖം ചേർത്ത് കരയുകയായിരുന്നു. ഉടഞ്ഞ മുട്ടത്തോടുകൾ അവളുടെ ഉടലിനു ചുറ്റും ചിതറിക്കിടക്കുന്നു. അവൻ അമ്പരന്നുപോയി. രാവിലെ പുറത്തേക്ക് പോകുമ്പോൾ വരെ സുരക്ഷിതമായിരുന്ന ഈ സ്വപ്നങ്ങളെ ഇങ്ങനെയാക്കിയതാര്? അവൻ പതുക്കെ അവളുടെ അടുത്തെത്തി. പിളർന്ന നാവുകൊണ്ട് അവൻ പതുക്കെ അവളെ സ്പർശിച്ചു. അപ്പോൾ അവളുടെ കരച്ചിലിന് ശക്തിയേറി.

"കണ്ടില്ലേ നീ? നാലുനാൾ കൂടി കഴിഞ്ഞാൽ ഇവ വിരിയുമായിരുന്നു. അപ്പോഴേക്കും അവൻ...ആ ഗോവിന്ദൻകുട്ടി..."

"എന്താണ് സംഭവിച്ചത്? കരയാതെ നീ കാര്യം പറയൂ"

"മണ്ണ് ഉഴുതിട്ടത് കണ്ടപ്പോഴേ ഞാൻ സംശയിച്ചു. ഇവിടെയെത്തിയപ്പോൾ അത് പൂർണ്ണമായി. എത്ര ക്രൂരമായാണ് അവൻ.."

"സാരമില്ല ഇനി കരഞ്ഞിട്ടെന്ത് കാര്യം? വിധിയില്ലായിരിക്കും...
എന്തിന് അയാളെ പഴിക്കുന്നു? മനുഷ്യരുടെ സ്വഭാവം
നിനക്കറിയില്ലേ? മുമ്പിൽ കിട്ടിയാൽ നമ്മളെയും അവർ..."

പുറത്ത് കാറ്റ് വീശിയടിച്ചു. മഴ വീണ്ടും പെയ്തു തുടങ്ങി. അവളുടെ
കരച്ചിൽ നേർത്തു നേർത്ത് വന്നു. അസ്വസ്ഥമായ മനസ്സിനു മീതെ
മഴ ഹുങ്കാരത്തോടെ പെയ്തിറങ്ങി.

പൊട്ടിയ മുട്ടത്തോടുകൾക്കു മേലെ അവൾ തന്റെ തളർന്ന ഉടൽ
ചായ്ച്ചു. പാടത്തിനരികെ ഗോവിന്ദൻകുട്ടി മഴയിലേക്കിറങ്ങി.

"മഴയത്ത് വണ്ടിപോലും വരാത്ത ഈ സ്ഥലത്ത് ഇപ്പോ വേറെ
വഴിയൊന്നും കാണണില്ല. ഗോയിന്തൂട്ടീ... വയറ്റാട്ടീനേം കൊണ്ട്
വേഗന്ന് വരണോട്ടോ!"

ഉമ്മറത്ത് ഉലാത്തിക്കൊണ്ട് കാരണവർ വിളിച്ചുപറഞ്ഞു. അകത്ത്
ഗോവിന്ദൻകുട്ടിയുടെ ഭാര്യ വേദനകൊണ്ട് പുളഞ്ഞു.

മുട്ടത്തോടുകൾക്കു മുകളിൽ നിന്ന് മുഖമുയർത്തി അവൾ
രോഷത്തോടെ അവനോട് ചോദിച്ചു.

"നിന്നോട് ഞാനൊരു കാര്യം ആവശ്യപ്പെടട്ടെ?

അവൻ മുഖമുയർത്തി.

"ഗോവിന്ദൻകുട്ടിയുടെ നീലിച്ച ശരീരം എനിക്കു കാണണം."

അവൻ അവളെ തറപ്പിച്ചു നോക്കി.

"നീയെന്നാണ് മനുഷ്യരെപ്പോലെ സ്വാർത്ഥയായത്?"

"ഇത് സ്വാർത്ഥതയല്ല, എന്റെ കുഞ്ഞുങ്ങളെ   കൊന്നതിനുള്ള
പ്രതികാരം! മരണത്തിന്റെ വേദനയെന്താണെന്ന് അവനറിയണം"

"ഇല്ല; സ്വയരക്ഷയ്ക്കല്ലാതെ നമുക്കതു ചെയ്തുകൂടാ. ആ
പാപത്തിൽ നിന്ന് നമുക്ക് രക്ഷപ്പെടാനാവില്ല. നിനക്ക് ഇനിയും
മുട്ടകളിടാം. പക്ഷേ നഷ്ടപ്പെടുത്തുന്ന ഒരു ജീവൻ ഒരിക്കലും
തിരിച്ചുകൊടുക്കാൻ നമുക്ക് കഴിയില്ല."

"സ്വാർത്ഥൻ നീയാണ്.. സ്വയരക്ഷയ്ക്കായി മാത്രം പോലും...! നീ ഭീരുവാണെന്ന് പറയൂ.. കഷ്ടം"

"നീ എന്തു പറഞ്ഞാലും ശരി ഞാനത് ചെയ്യില്ല. ആ പാപത്തിന്റെ ഫലം ക്രൂരമായിരിക്കും"

"നിനക്ക് വയ്യെങ്കിൽ വേണ്ട! നിന്റെ വിഷപ്പല്ലിന് മൂർച്ചയില്ലെന്ന് എനിക്കറിയാം. പക്ഷേ ഞാനത് ചെയ്യും. ഇന്ന് ഗോവിന്ദൻകുട്ടി തിരിച്ചുവരില്ല.."

"അരുത്... അറിഞ്ഞുകൊണ്ട് നീ ആപത്തിൽ ചാടരുത്. തിരുത്താനാവാത്ത പാപം ചെയ്യരുത്."

"വേണ്ട! ഒന്നും പറയണ്ട. ഞാൻ തീരുമാനിച്ചു കഴിഞ്ഞു. മുട്ടകളിട്ടതും ഇത്രയും നാൾ ചൂടുപകർന്ന് കാവലിരുന്നതും ഞാനായിരുന്നു. ആ വേദന എന്റേതു മാത്രമാണ്. എന്നെ തടയണ്ട."

അവൾ മഴയിലേക്കിറങ്ങി

"സൂക്ഷിക്കണം...! ആരെങ്കിലും നിന്നെ കണ്ടാൽ..!"

അവൻ മുന്നറിയിപ്പ് നൽകി. പിന്നെ നനഞ്ഞ മണ്ണിൽ തളർന്ന് കിടന്നു. പുറത്ത് ഒരു വെള്ളിടി വെട്ടി.

ഇല്ല ഒന്നും ചെയ്യാനാവില്ല. താനിവിടെ നിസ്സഹായനാണ്. വലിയൊരു ആപത്തിലേക്ക് അതിനേക്കാൾ വലിയൊരു പാപത്തിലേക്ക് അവളുടെ യാത്രയെ തടുക്കാനായില്ല. പ്രതികാരം നാഗവർഗ്ഗത്തിന് നിഷിദ്ധമാണ്. ജീവരക്ഷയ്ക്കു വേണ്ടി മാത്രമുള്ള ആ അനുഗ്രഹം അവൾ ദുരുപയോഗം ചെയ്യാനൊരുങ്ങുന്നു... വയ്യ! ഇനിയെന്താവുമെന്ന് ആലോചിക്കാൻ വയ്യ!

മനസ്സിൽ ഇഴഞ്ഞുനടന്ന സ്വപ്നങ്ങൾ എവിടെയോ മരവിച്ചുകിടന്നു. വെളുത്ത പുറന്തോടുകൾ ഏതോ ദുഃസ്വപ്നത്തിന്റെ ബാക്കിപത്രങ്ങളായി.

* * *

മഴയിലൂടെ അവൾ ധൃതിയിൽ ഇഴഞ്ഞു. ഗോവിന്ദൻകുട്ടിയുടെ ജീവനുവേണ്ടി ദാഹിച്ചുകൊണ്ട്... നാഗമാതേ മാപ്പ്... എന്നെ ശപിക്കരുത്. ഗോവിന്ദൻകുട്ടിയുടെ ജീവൻ എനിക്കു വേണം. എന്റെ കുഞ്ഞുങ്ങൾക്ക് പകരമായി...! പടിപ്പുരയ്ക്ക് പുറത്ത് അവൾ പത്തിയൊതുക്കി ചുരുണ്ടുകിടന്നു. ഒരു പാദചലനത്തിന് കാതോർത്തുകൊണ്ട് വിഷസഞ്ചി വിങ്ങി. വിഷപ്പല്ല് സജീവമായി. അടുത്തു വരുമ്പോൾ തന്നെ ആഞ്ഞുകൊത്തണം. ഉടനെ ഇരുട്ടിലേക്ക് ഊളിയിടണം. അവന്റെ നീലിച്ച ശരീരം കണ്ടിട്ടേ മടക്കമുള്ളു.

അകത്ത് ശാരദയുടെ നിലവിളി ദുസ്സഹമായി.

പെട്ടെന്ന് അടുത്തു വരുന്ന കാലൊച്ചകൾ... അവൾ കരുതിയിരുന്നു. ഗോവിന്ദൻകുട്ടി വരമ്പിൽ നിന്ന് കയറി പടിപ്പുരയ്ക്കടുത്തേക്ക് നടന്നടുത്ത നിമിഷം... ജീവിതത്തിനും മരണത്തിനുമിടയിലെ ആ നിമിഷത്തിൽ അകത്തു നിന്നും ഒരു കുഞ്ഞിന്റെ കരച്ചിലുയർന്നു. ഗോവിന്ദൻകുട്ടി പുറകിൽ നിന്ന വയറ്റാട്ടിയോട് ആശ്വാസത്തിൽ പറഞ്ഞു. "ഹോ! രക്ഷപ്പെട്ടൂട്ടോ... നമ്മൾ വൈകിയെങ്കിലും ശാരദ പ്രസവിച്ചു."

കുഞ്ഞിന്റെ കരച്ചിൽ കേട്ട് അവൾ ഒരു നിമിഷം പതറി നിന്നു. ഉള്ളിലെവിടെയോ ഒരു നീരുറവ പൊട്ടിയൊഴുകുന്നത് അവൾ അറിഞ്ഞു. അവൾ വിഷപ്പല്ലുകൾ വലിച്ച് പത്തിയൊതുക്കി അമർന്നു കിടന്നു. കാലൊച്ചകൾ അകന്ന് പോയി. അവൾ പതുക്കെ പുറത്തേക്ക് ഇഴഞ്ഞു.

മഴ അപ്പോഴും പെയ്തുകൊണ്ടിരുന്നു. അവളുടെ ഉടലിൽ മഴ ഒരു പ്രതികാരം പോലെ നൃത്തം വച്ചു. പിന്നീട് അതൊരു സാന്ത്വനമായി, കുളിരായി പെയ്തു തീർന്നു.

അപ്പോഴും അവളുടെ ഉള്ളിൽ ആ ഉറവ ഒഴുകിക്കൊണ്ടേയിരുന്നു..!

5. പെയ്യാൻ മറന്ന മഴ

ആനന്ദാശ്രമത്തിലെ ശാന്തമായ അന്തരീക്ഷത്തിൽ
സന്യാസത്തിന്റെ വെളുത്ത വസ്ത്രം ആത്മാവിലേക്ക് കൂടി പടർന്നു
തുടങ്ങിയ സമയത്താണ് ഞാനയാളെ വീണ്ടും കണ്ടത്. ആശ്രമം
സന്ദർശിക്കാൻ എത്തിയ അന്തേവാസികൾക്കൊപ്പം തികച്ചും
അപ്രതീക്ഷിതമായി!

ആദ്യമായി കണ്ടപ്പോഴെന്നപോലെ എന്റെയുള്ളിൽ ഒരു
അഗ്നിഗോളം ഉയർന്നുപൊങ്ങി. ഓടിയടുത്തേക്ക് ചെല്ലുവാൻ
ഉണ്ടായ തോന്നലിനെ തലയിലെയും മനസ്സിലെയും വെളുപ്പ് തടഞ്ഞു
നിർത്തി. അയാളാകട്ടെ എന്നെ കണ്ട ഞെട്ടലിൽ നിന്ന്
വിമുക്തനായതുമില്ല. കൂട്ടത്തിൽ നിന്നകന്ന് പെട്ടെന്ന് മുഖം തിരിച്ച്
എന്റെ മുറിയിലേക്ക് ഓടിയൊളിക്കുമ്പോൾ തിരിഞ്ഞു നോക്കുവാൻ
വെമ്പുന്ന മനസ്സിനെ ശാസിച്ചു. പാടില്ല. സന്യാസത്തിന് ഇത്തരം
ചില അതിർവരമ്പുകൾ ഉണ്ട്. മറന്നു കളയാൻ കഴിയാത്ത
പൂർവ്വാശ്രമത്തിന്റെ ഓർമ്മപ്പെടുത്തലാണ് പക്ഷേ മുന്നിൽ വന്നു
നിന്നത്.

മുകളിലെ മുറിയിലേക്ക് പടികൾ കയറുമ്പോൾ ഒരിക്കൽ പടികൾ
ഇറങ്ങിവന്ന് ആദ്യമായി അയാളെ കണ്ട നിമിഷങ്ങൾ ഓർമ്മ വന്നു.
അന്ന് പക്ഷേ ഞാനയാളെ തിരിച്ചറിഞ്ഞിരുന്നില്ല. യുഗങ്ങളോളം
ഞാനന്വേഷിച്ചത് അയാളെയായിരുന്നിട്ടുകൂടി. പക്ഷേ അന്ന്
അയാളുടെ നോട്ടം എന്റെ ഹൃദയത്തോളം എത്തി. ആദ്യമായി ഒരു
പുരുഷന്റെ നോട്ടത്തിൽ ഞാൻ പരിഭ്രമിച്ചു. എന്റെ വയറ്റിൽ നിന്ന്
ഒരഗ്നിഗോളം ഉയർന്ന് വന്നു തലയ്ക്കുമുകളിൽ പൊട്ടിച്ചിതറി.
എന്നിട്ടും.. എന്നിട്ടും ഞാൻ തിരിച്ചറിഞ്ഞില്ല. ഞാൻ അന്വേഷിച്ചത്

അയാളെയാണെന്ന്. പിന്നീടെപ്പോഴോ എന്റെ ഉറക്കം
നഷ്ടപ്പെടുന്നതു വരെ!

അയാളുടെ വാരിയെല്ലിൽ നിന്നും സൃഷ്ടിക്കപ്പെട്ടവൾ.....
ജന്മാന്തരങ്ങളായി അയാൾക്ക് വേണ്ടി മാത്രമായി
കാത്തിരുന്നവൾ..... എന്റെ വാരിയെല്ലിന്റെ ഉടമയ്ക്ക് വേണ്ടി ഒരു
ജന്മം മുഴുവൻ തിരഞ്ഞു കൊണ്ടിരുന്നവൾ...! എന്നിട്ടും..... എന്നിട്ടും
ഞാനയാളെ തിരിച്ചറിയാൻ വൈകി.

ഞാനറിയാതെ തന്നെ ഞാനയാളെ തിരയുകയായിരുന്നു.
അയാൾക്കുവേണ്ടി കാത്തിരിക്കുകയായിരുന്നു. ആർക്കും പകുത്തു
നൽകാതെ അയാൾക്കുമാത്രമായി ഞാനെന്റെ പ്രണയം
സൂക്ഷിച്ചുവെച്ചു. മറ്റൊരു ജീവിതത്തിന്റെ കെട്ടുപാടുകളിൽ
കുരുങ്ങി ശ്വാസം മുട്ടിയിട്ടും ഞാൻ അന്വേഷണം അവസാനിപ്പിച്ചില്ല.

പക്ഷേ കടന്നുവന്നവരെല്ലാം ഈയാംപാറ്റകളെപ്പോലെ ചിറകു
കരിഞ്ഞ് എന്റെ കണ്ണിലെ അഗ്നിയാൽ ചാരമായി. എന്റെ
ശരീരത്തിൽ തട്ടി പലരുടെയും നോട്ടത്തിന്റെ മുനയൊടിഞ്ഞു. ചിലർ
എന്റെയുള്ളിലെ മുറിവുകൾ കണ്ടെത്തി. ചിലരത് കണ്ട്
സഹതപിച്ചു. അവരെ ഞാൻ വലിയ കൊക്കകൾക്കു മുകളിൽ
നിന്ന് താഴേക്ക് വലിച്ചെറിഞ്ഞു; ഒരിക്കലും തിരിച്ചു വരാത്ത വിധം!
മറ്റു ചിലർ എന്റെ മുറിവുകളിൽ മരുന്നുപുരട്ടി ഉണക്കാൻ ശ്രമിച്ചു.
അവരെ ഞാനെന്റെ സുഹൃത്തുക്കളാക്കി.

പക്ഷേ അവരൊന്നും തന്നെ എന്റെ ആത്മാവിനെ കണ്ടില്ല. പക്ഷേ
അയാൾ... അയാളുടെ നോട്ടം എന്റെ നൊമ്പരങ്ങളോളമെത്തി.

എന്നോ ഏതോ ജന്മത്തിൽ പരസ്പരം നഷ്ടപ്പെട്ടവർ.
പിന്നീടെപ്പോഴോ ഒരു വഴിയമ്പലത്തിൽ വച്ച് തിരിച്ചറിഞ്ഞവർ...
ഞങ്ങളുടെ ആത്മാവുകൾ അതിന്റെ പാതിയെ കണ്ടെത്തി
പൂർണ്ണരായി.

ഞങ്ങൾ ഒരുപാട് സഞ്ചരിച്ചു. ഞാൻ കാണാൻ കൊതിച്ച നാടുകൾ.
ഞാൻ കേൾക്കാൻ കൊതിച്ച ഗാനങ്ങൾ. പ്രണയത്തിന്റെ
പവിഴമല്ലിപ്പൂവുകൾ വീണുകിടന്ന എന്റെ ഹൃദയം
സുഗന്ധപൂരിതമായി. എനിക്കു ചുറ്റുമുള്ള നരച്ച കാഴ്ചകളെപ്പോലും

ഞാൻ സ്നേഹിച്ചു. വലിയ ഫ്ലാറ്റിലെ ഇടുങ്ങിയ
ബാൽക്കണിക്കപ്പുറത്തെ വയലുകളിൽ ഇരതേടുന്ന കറുത്ത
കുളക്കോഴികളെ വരെ!

മഴയെ വെറുത്തിരുന്ന ഞാൻ മഴയ്ക്കുവേണ്ടി കാത്തിരുന്നു.
അയാളൊപ്പം ഉള്ളപ്പോഴെല്ലാം ഒരു മഴയ്ക്കുവേണ്ടി ഞാൻ വല്ലാതെ
കൊതിച്ചു. പക്ഷേ അപ്പോഴൊന്നും മഴ പെയ്തില്ല. ഒരിക്കൽ
പോലും!

ഇന്ന് ആനന്ദാശ്രമത്തിന്റെ മുറ്റത്ത് മഴ ആർത്തലച്ചു പെയ്യുമ്പോൾ
മഴയെ ഞാൻ വീണ്ടും വെറുക്കുന്നു. എനിക്കിപ്പോൾ ഈ വെള്ള
വസ്ത്രത്തോടു മാത്രമാണ് സ്നേഹം. ഈ വെളുത്ത വസ്ത്രം
പോലും അയാൾ നൽകിയ ആദ്യസമ്മാനത്തിന്റെ
ഓർമ്മയായതിനാലാവാം, ഒരു പക്ഷേ!

പക്ഷേ എന്റെ പ്രണയം എന്നും തെറ്റിദ്ധരിക്കപ്പെട്ടു. സ്
നേഹത്തിനിടയിൽ സ്വാർത്ഥത കൂടുകെട്ടിയപ്പോൾ പലപ്പോഴും
അയാളുടെ വാക്കുകൾ എന്നെ മുറിവേൽപ്പിച്ചു. എന്റെ അഭിമാനം
പലപ്പോഴും കഴുത്തുമുറുകി ശ്വാസം കിട്ടാതെ പിടഞ്ഞു. ഒടുവിൽ
പരസ്പരം വെറുക്കാതിരിക്കാൻ വേണ്ടിയാണ് ഞാൻ
ഓടിയകന്നത്. പക്ഷേ അയാൾക്കറിയില്ലല്ലോ എന്റെ പ്രണയത്തെ
മറ്റെങ്ങോട്ടും വഴിതിരിച്ചുവിടാൻ കഴിയാത്തതിനാലാണ് ഞാനീ
സന്യാസം സ്വീകരിച്ചതെന്ന്. അയാളിൽ നിന്ന് മറ്റെങ്ങോട്ടും
മടങ്ങാൻ എനിക്കാവില്ലായിരുന്നു. പലതും അറിയാതെ പോയ
കൂട്ടത്തിൽ അയാൾ ഇതും അറിഞ്ഞില്ല. ഇപ്പോഴും അയാൾ
അറിയുന്നില്ല. മറവിയുടെ നിഴൽപ്പാടുകളിൽ ഞാനിപ്പോഴും ആ
രൂപം മാത്രമേ തിരയാറുള്ളു എന്ന്. അയാൾക്കുവേണ്ടി
ഉണർന്നിരിക്കാൻ എന്നും ഞാനാഗ്രഹിച്ചു എന്ന്. എനിക്കു തെറ്റിയ
വഴികളെല്ലാം അയാളിലേക്കു മാത്രമുള്ളതായിരുന്നുവെന്ന്.
ശംഖിനുള്ളിലെ കടലിരമ്പം പോലെ അയാളെന്നിൽ ഇപ്പോഴും
ഇരമ്പിക്കൊണ്ടിരിക്കുന്നു എന്ന്! ഒന്നും അറിയുന്നില്ല. ഒന്നും ഇനി
അറിയണ്ട. ഒരു വെളുത്ത വസ്ത്രം കൊണ്ട് ഞാനെന്റെ മനസ്സും
പൊതിഞ്ഞു സൂക്ഷിച്ചുകൊള്ളാം!

ജീവിതത്തിന്റെ കെട്ടുപാടുകളെല്ലാം വലിച്ചെറിഞ്ഞ് എത്തിയതാണ് ഇവിടെ. എല്ലാ ഓർമ്മകളിൽ നിന്നും സ്വാതന്ത്ര്യം കൊതിച്ച്. പക്ഷേ ഓർമ്മകൾ പുറകേ വന്ന് തോണ്ടിവിളിച്ചുകൊണ്ടിരിക്കുന്നു. തിരിഞ്ഞുനോക്കാൻ ഭയമാണ്. മടങ്ങിപ്പോകാൻ കഴിയാത്തപ്പോൾ തിരിഞ്ഞുനോക്കുന്നതിൽ അർത്ഥമില്ലല്ലോ. ഇവിടെ ഈ ആശ്രമത്തിന്റെ ശാന്തതയിൽ മനസ്സും ശരീരവും ശാന്തമായിരുന്നു. പണ്ടേ ആഗ്രഹിച്ചതാണ് ഒന്നിനെക്കുറിച്ചും ആലോചിക്കാതെ ആവലാതിപ്പെടാതെ ഒരു ജീവിതം. പക്ഷേ ഇപ്പോൾ...

ജനൽച്ചില്ലുകൾക്കപ്പുറത്ത് കടലിരമ്പുന്നത് ഇപ്പോഴും കേൾക്കാം. ജീവിതത്തിലെ ഏറ്റവും ഇമ്പമുള്ള സംഗീതം അതായിരുന്നു. നനഞ്ഞ മണലിൽ ചവിട്ടി തിരകൾ കാലിൽ തഴുകി നടന്നു തീർത്ത ദൂരങ്ങൾ. കടലിൽ മഴ പെയ്യുന്നത് കാണാൻ കാത്തുനിന്ന പകലുകൾ എപ്പോഴോ ഒരു ചാറ്റലായ് വന്ന് കൊതിപ്പിച്ച് മഴ അകന്നു പോയി. ഒരു പക്ഷേ ഞങ്ങളുടെ പ്രണയാഗ്നിയെ കെടുത്താൻ മടിച്ചിട്ടാവാം. കടൽ ഞങ്ങളിൽ ആർത്തലച്ചുകൊണ്ടിരുന്നു. ഞങ്ങൾ വീണ്ടും വീണ്ടും കടൽ കാണാൻ പൊയ്ക്കൊണ്ടിരുന്നു. ആഴിയേക്കാൾ ആഴമുള്ള ഞങ്ങളുടെ പ്രണയം കണ്ട് കടലിനു കാവൽ നിന്ന കാറ്റാടി മരങ്ങൾ ചൂളം വിളിച്ചു. കടലാഴങ്ങളിൽ മുങ്ങിനിവർന്ന് ഞങ്ങൾ മുത്തും പവിഴവും വാരി. ആ കടൽത്തീരത്തേക്ക് ഒരിക്കൽകൂടി പോകുവാൻ കൊതിതോന്നുന്നു ഇപ്പോൾ.

ആനന്ദാശ്രമത്തിന്റെ മുറ്റത്ത് അപ്പോഴും മഴ തകർത്തു പെയ്തുകൊണ്ടിരുന്നു. ആശ്രമകവാടത്തിലെ ബോഗൻ വില്ലകളിൽ നിന്ന് പിങ്കു പൂവുകൾ മഴയത്ത് കൊഴിഞ്ഞു വീണു കിടന്നു. എന്റെയുള്ളിലെ പ്രണയം പോലെ!

ഒരേ ആത്മാവിന്റെ ഭാഗമായിരുന്നിട്ടും ഇടയ്ക്കെപ്പൊഴൊക്കെയോ സ്വന്തമല്ലെന്ന് ഓർമ്മിപ്പിക്കുന്ന എന്തോ ഒന്ന് ഞങ്ങളിൽ അവശേഷിച്ചിരുന്നു. പലപ്പോഴും അയാൾ എന്നെ മനസ്സിലാക്കാതെ പോയി. അയാൾക്കുവേണ്ടിയാണ് ഞാൻ ഉണർന്നിരിക്കുന്നതെന്നു പോലും അയാൾ മറന്നു. എന്റെയുള്ളിൽ പലപ്പോഴും പവിഴമല്ലിപ്പൂവുകൾ കൊഴിഞ്ഞുവീണുകൊണ്ടിരുന്നു. സൂര്യനെ കാണാൻ വിധിയില്ലാതെ പോയ എന്റെ പവിഴമല്ലി പൂവുകൾ...!

മഴ മാറി തെളിഞ്ഞു നിൽക്കുന്ന മറ്റൊരു പ്രഭാതത്തിൽ ബോഗൻവില്ലകൾ പൂത്തു നിൽക്കുന്ന കവാടം കടന്ന് അയാൾ വീണ്ടും വന്നു ഒറ്റയ്ക്ക്! സന്ദർശനമുറിയിലേക്ക് വരുമ്പോൾ എനിക്കുള്ള സന്ദർശകൻ അയാളാവുമെന്ന് ഞാൻ പ്രതീക്ഷിച്ചതേയില്ല. കണ്ടപ്പോൾ വീണ്ടും എന്റെയുള്ളിൽ അഗ്നിഗോളം ഉയർന്നു.

പുറത്തെ മാന്തോപ്പിന്റെ തണൽതേടി നടക്കുമ്പോൾ അയാൾക്കുനേരെ നോക്കാൻ ഞാൻ വിഷമിച്ചു.

"എന്തിനാണ് ഈ ഒളിച്ചോട്ടം? ആരിൽ നിന്ന് രക്ഷപ്പെടാൻ? എന്നിൽ നിന്നോ?"

"ഒളിച്ചോട്ടമാണോ എന്നൊന്നും എനിക്കറിയില്ല. മറ്റെങ്ങോട്ടും എനിക്ക് പോകാനുണ്ടായിരുന്നില്ല. നിന്നിൽ നിന്നും ഒരു മടക്കമുണ്ടായാൽ അത് ഇവിടേക്കായിരിക്കുമെന്ന് മുമ്പേ തന്നെ ഞാൻ പറഞ്ഞിട്ടുണ്ടല്ലോ. നിനക്കു മുമ്പേ ഞാൻ ആഗ്രഹിച്ചത് ഇതായിരുന്നുവെന്നും അറിയാമായിരുന്നില്ലേ?" ഞാൻ മുഖമുയർത്തി.

മാന്തോപ്പിന്റെ കുളിർമ്മയിൽ അയാൾക്കൊപ്പം നടക്കുമ്പോൾ എന്തുകൊണ്ടോ എനിക്കൊന്നു കരയണമെന്നു തോന്നി. ആ ഹൃദയത്തോട് ഒന്നു ചേർന്നു നിൽക്കണമെന്നും.. എനിക്കു പ്രിയപ്പെട്ട ആ കൈകളിൽ ഒന്ന് വിരൽ കോർക്കണമെന്നും... പക്ഷേ ഞാനിപ്പോൾ ഒരാശ്രമവാസിയാണെന്ന ചിന്തയിൽ മാത്രം മനസ്സുറപ്പിക്കാൻ ഞാൻ വ്യഥാ ശ്രമിച്ചു കൊണ്ടിരുന്നു.

"എന്തിനാണ് വീണ്ടും വന്നത്? അതും ഇത്രദൂരം?"

അയാൾ നടത്തം നിർത്തി എനിക്കു നേരെ തിരിഞ്ഞു നിന്നു.

"എന്തിനാണ് നിനക്കീ വേഷം? എന്നോടു പ്രതികാരം ചെയ്യാനോ? കഷ്ടമുണ്ട്ടോ! എനിക്കു നിന്നെ ഇങ്ങനെ കാണാൻ കഴിയില്ല. നീയെവിടെയാണെന്നു പോലും അറിയാതെ ഞാൻ... നിന്നെ മറക്കാൻ എനിക്കൊരിക്കലും കഴിയില്ലെന്നറിഞ്ഞിട്ടും എന്തിനാണ് നീ? നമ്മൾ തമ്മിലുണ്ടായിരുന്ന ഒരു കരാർ നീ മറന്നോ? തമ്മിൽ

ഒരിക്കലും മറക്കില്ലെന്ന് നമ്മൾ പരസ്പരം വാക്കുനൽകിയിരുന്നു. ഏതു പിണക്കവും ഒരാൾ വിളിച്ചാൽ തീർക്കണമെന്നും നമ്മൾ പറഞ്ഞിരുന്നു. ഞാൻ പിണങ്ങുമ്പോഴൊക്കെ നീയെന്നെ വിളിച്ചു. ഇപ്പോൾ ഞാനിതാ വിളിക്കുന്നു. നിനക്ക് എന്റെ കൂടെ വന്നു കൂടെ? നമുക്ക് ഒരു യാത്ര പോകാം. നീ കാണാൻ കൊതിച്ച ഏതെങ്കിലും ഒരു നാട്ടിലേക്ക്. പ്ലീസ്. നമുക്കിവിടെ നിന്നും പോകാം..!"

ഞാൻ വെറുതേ ചിരിച്ചു.

"നിനക്ക് കടലിൽ മഴ പെയ്യുന്നത് കാണണ്ടേ? നിലയിൽ കുളിക്കണ്ടേ? ആകാശത്തെ നക്ഷത്രങ്ങളെ കണ്ടുകൊണ്ട് കടൽത്തീരത്ത് കിടക്കണ്ടേ?"

എനിക്കു വീണ്ടും കരച്ചിൽ വന്നു. നിറഞ്ഞു വന്ന കണ്ണുകൾ അയാളിൽ നിന്നും മറയ്ക്കാൻ ഞാൻ ശ്രമിച്ചു.

"കരയരുത്! നിന്റെ നനഞ്ഞ മിഴികൾ എന്നും പെയ്ത് തീർന്ന മഴയെ ഓർമ്മിപ്പിക്കുന്നു. ഇനി കരയരുത്."

ഞാൻ കണ്ണുതുടച്ചു. "ഞാനെന്നേ നിനക്കുവേണ്ടി പെയ്തു തീർന്നു കഴിഞ്ഞു. എന്നും നിന്റെ പ്രണയമഴയിൽ നനഞ്ഞു കുതിരാൻ മാത്രമായിരുന്നു ഞാൻ ആഗ്രഹിച്ചത്. പക്ഷേ നീ അകലെയായിരുന്നു. വിരഹത്തിന്റെ വേനൽ എനിക്കു സമ്മാനിച്ച് എന്നും. നിന്റെ തിരക്കുകളിലും എന്റെ നിസ്സഹായതകളിലും കുരുങ്ങി നമ്മൾ... പെയ്യാൻ മറന്ന ഒരു കാർമേഘം മാത്രം നമ്മുടെ ആകാശത്ത് എന്നും അവശേഷിച്ചു. ഇനിയൊരു മഴയുടെ ആവശ്യമില്ലല്ലോ. കരിഞ്ഞുണങ്ങിയതൊന്നും മുളപ്പിക്കാൻ ഇനിയൊരു മഴയ്ക്കും കഴിയില്ല."

"അങ്ങനെ പറഞ്ഞ് നീയെന്നെ ഒഴിവാക്കാൻ നോക്കരുത്. എനിക്കു നിന്നെ വേണം. നീയില്ലാതെ വയ്യ എനിക്ക്. നമുക്ക് പോകാം. ഈ വെളുത്ത വസ്ത്രം വലിച്ചെറിഞ്ഞ് നിറങ്ങളുടെ ലോകത്തേക്ക് ഒരിക്കൽക്കൂടി."

"ഇല്ല.. ഇനി ഇവിടെ നിന്നും ഒരു മടക്കം ഇല്ല.നീ വിളിക്കുന്നിടത്തേക്ക് ഓടിവരാൻ വെമ്പിയിരുന്നൊരു മനസ്സ്

എനിക്കെവിടെയോ നഷ്ടപ്പെട്ടുപോയി. പണ്ട് ഒരിക്കൽ അടുത്ത ജന്മത്തിൽ ആരുടെ കൂടെ ജീവിക്കാനാണ് നിനക്കിഷ്ടമെന്ന് ഞാൻ ചോദിച്ചപ്പോൾ നിന്റെ മൗനം പറയാതെ പറഞ്ഞ ഉത്തരം ഇപ്പോഴും എന്റെ മനസ്സിലുണ്ട്. അന്ന് എന്റെ ഹൃദയത്തിന്റെ കരച്ചിൽ നീ കേൾക്കാതിരിക്കാൻ ഞാൻ പാടുപെട്ടു. എങ്കിലും ഞാൻ വീണ്ടുമൊരു ജന്മത്തിനു കൂടി കാത്തിരിക്കുകയാണ്. ആ ജന്മത്തിലും ഒരു പക്ഷേ ഞാൻ നിന്നെ കണ്ടെത്താൻ അലയും. പാതിവഴിയിൽ വച്ചെങ്കിലും നമ്മൾ കണ്ടുമുട്ടാതിരിക്കില്ലായെന്ന് എനിക്കുറപ്പുണ്ട്. അന്ന് നീ ആഗ്രഹിക്കുന്നുവെങ്കിൽ, എങ്കിൽ മാത്രം നമുക്ക് ഒന്നിച്ചു ജീവിക്കാം. ഇപ്പോൾ പൊയ്ക്കോളൂ."

ഞാൻ തിരിഞ്ഞു നടന്നു.

കുനിഞ്ഞ ശിരസ്സോടെ ആശ്രമകവാടം കടന്ന് കൊഴിഞ്ഞു കിടക്കുന്ന പൂക്കൾ ചവിട്ടി അയാൾ നടന്നകലുന്നത് കണ്ട് ഞാൻ എന്റെ ജനലഴികളിൽ മുഖം ചേർത്ത് ആരും അറിയാതെ ഉറക്കെ കരഞ്ഞു.

6. മുഖം മൂടി

ഓഫീസിൽ നിന്ന് ഇറങ്ങാൻ തുടങ്ങുമ്പോഴാണ് ഫോൺ ബെല്ലടിച്ചത്. ഭാര്യയാണ്... ഓ, സൂപ്പർമാർക്കറ്റിൽ നിന്ന് സാധനങ്ങൾ വാങ്ങേണ്ടത് ഓർമ്മിപ്പിക്കാനാവും.

"ദേ, മോൻ ഇന്നും വാശിയിലാണ്. ഷോപ്പിൽ കയറുമ്പോൾ അവൻ പറഞ്ഞ മുഖം മൂടി വാങ്ങാൻ മറക്കണ്ട."

കുറച്ചു ദിവസമായിട്ടുള്ള മകന്റെ ആവശ്യമാണ് ഒരു മുഖം മൂടി. ഒരു കോമാളിയുടെ മുഖംമൂടി! ഇത്ര ചെറുപ്പത്തിലേ തന്നെ അവൻ മുഖംമൂടി അണിയാൻ ആഗ്രഹിച്ചുതുടങ്ങി. ജീവിതത്തിൽ താനണിയേണ്ടിവരുന്ന മുഖംമൂടികളുടെ എണ്ണമോർത്തപ്പോൾ അതിൽ അയാളൾക്കത്ഭുതമൊന്നും തോന്നിയില്ല.

ടൗണിലെ ഒരു സൂപ്പർമാർക്കറ്റിനു മുമ്പിൽ കാർ നിർത്തി. ഭാര്യ തന്ന ലിസ്റ്റ് പോക്കറ്റിൽ എവിടെയോ കാണണം. അത് തപ്പിയെടുത്ത് ഓരോ റാക്കിനടുത്തേക്കും നടന്നു. ഈ സൂപ്പർമാർക്കറ്റുകൾ ഒരു കണക്കിന് സൗകര്യവും അതേസമയം ബുദ്ധിമുട്ടും തന്നെയാണ്. നാട്ടിൻപുറങ്ങളിലെ പലചരക്കുകടകൾ തന്നെയാണ് ഭേദം. ലിസ്റ്റ് കടക്കാരന്റെ കൈയിൽക്കൊടുത്ത് കൈയും കെട്ടി ചുമ്മാതങ്ങ് നിന്നാമതി. ഇതിപ്പോ സാധനങ്ങൾ തപ്പിയെടുത്ത്, ചുമന്ന്, ബില്ലടയ്ക്കാൻ ക്യൂ നിന്ന്... ഹോ! നഗരജീവിതം നരകം തന്നെ.

അയാളുടെ വേരുകൾ ദൂരെ ഗ്രാമങ്ങളിലൂടെ പൊട്ടിപ്പോയ അതിന്റെ തായ്‌വേരുകൾ അന്വേഷിച്ച് അപ്പോഴും അലയുകയായിരുന്നു. പറിച്ചു നട്ടിട്ടും പൊട്ടിക്കിളിർക്കാനാകാതെ അയാൾ..

മകന്റെ മുഖംമൂടി അന്വേഷിച്ച് നടക്കുന്നതിനിടയിലാണ് ഷോപ്പിന്റെ മുൻഭാഗത്ത് ബഹളം കേട്ടത്. എന്താണെന്ന് അറിയാനുള്ള ആകാംക്ഷയിൽ അയാളും അങ്ങോട്ടൊന്ന് എത്തി നോക്കി. മുഷിഞ്ഞ വസ്ത്രങ്ങൾ ധരിച്ച ഒരു സ്ത്രീ എന്തോ മോഷ്ടിക്കാൻ ശ്രമിച്ചിരിക്കുന്നു. ഷോപ്പ് ജീവനക്കാർ ആ സ്ത്രീയെ പിടികൂടിയതിന്റെ ബഹളമാണ്. പാറിപറന്ന് ജടകെട്ടിയ മുടിയും മുഷിഞ്ഞു പിഞ്ചിയ വസ്ത്രങ്ങളും ആയി നിഷ്കളങ്കതയോടെ ചിരിച്ചുകൊണ്ടു നിൽക്കുന്ന ആ സ്ത്രീയെ അയാൾ സൂക്ഷിച്ചുനോക്കി. എവിടെയോ കണ്ടുമറന്നതുപോലെ. അല്ല മറന്നതല്ല; മറക്കാൻ കഴിയാത്ത ഒരു മുഖം.

നാടിനെക്കുറിച്ച് ഓർക്കുമ്പോഴെല്ലാം ഒരു നൊമ്പരമായി വന്ന് മറയുന്ന മുഖം! അതല്ലേ ഇത്? ഈശ്വരാ! അതെ. ഏതു രൂപത്തിൽ കണ്ടാലും തിരിച്ചറിയാം. ആ നിഴൽപോലും തിരിച്ചറിയാൻ കഴിഞ്ഞിരുന്നു പണ്ട്. പക്ഷേ ഇപ്പോൾ എങ്ങനെ ഇവിടെ? ഈ രൂപത്തിൽ?

സ്വന്തം കണ്ണുകളെ വിശ്വസിക്കാൻ കഴിയാതെ അയാൾ പകച്ചുപോയി. ഏതോ പകലുറക്കത്തിൽ കണ്ട ഒരു ദുഃസ്വപ്നം മാത്രമാവണേ ഇത് എന്നയാൾ പ്രാർത്ഥിച്ചു. ഉറക്കത്തിലും ഉണർവ്വിനും ഇടയിലെ മറ്റൊരു അവസ്ഥയിൽ തനിക്കുണ്ടായ ഒരു തോന്നലാണോയെന്നു പോലും അയാൾ സംശയിച്ചു.

"ഭ്രാന്തിയാണ്... കുറച്ചുനാളായി ഇതിലെയൊക്കെ അലഞ്ഞുതിരിയുന്നു. വിശന്നപ്പോൾ എടുത്തതായിരിക്കും. ഇനി ഒന്നും ചെയ്യണ്ട. വിട്ടേക്കൂ." ആരുടെയോ സ്വരം. താൻ ഉണർന്നിരിക്കുകതന്നെയാണെന്നും ഇതെല്ലാം തന്റെ മുമ്പിൽ സംഭവിച്ചുകൊണ്ടിരിക്കുന്നവ തന്നെയാണെന്നും അയാൾ തിരിച്ചറിഞ്ഞു.

ആരുടെയോ വിരൽ പതിഞ്ഞ ചുവന്ന പാട് അവളുടെ മുഖത്ത് കണ്ടു. അവൾ അപ്പോഴും ചിരിക്കുകയായിരുന്നു. ഒരു പക്ഷേ കരയാൻ മറന്നുപോയതുകൊണ്ടാവാം. അല്ലെങ്കിൽ കരഞ്ഞു കരഞ്ഞ് കണ്ണീർ വറ്റിയിട്ടുണ്ടാകും. എന്തിനെയും ചിരിച്ചുകൊണ്ട് നേരിടാൻ കഴിയുന്നുണ്ടെങ്കിൽ ഭ്രാന്ത് നല്ലൊരു അവസ്ഥയാണെന്ന്

അയാൾക്ക് തോന്നി. അവൾ തന്നെ കാണരുതേ എന്ന ചിന്തയോടെ അയാൾ സമീപത്തെ റാക്കിന്റെ മറവിലേക്ക് മാറി നിന്നു. കുറ്റബോധത്തിന്റെ ഒരു തീച്ചൂളയിലായിരുന്നു അയാളപ്പോൾ.

പണ്ട് അവളുടെ ചിരി തന്റെ ഉറക്കം കെടുത്തിയിരുന്നത് അയാളോർത്തു. ചുണ്ടിൽ മാത്രമല്ല കണ്ണിലും തിളങ്ങുന്ന ഒരു പുഞ്ചിരി അവൾ ഒളിപ്പിച്ചിരുന്നു. ആ ചിരിയൊന്നു കാണാൻ വഴിയരികിലെ കൊന്നമരത്തണലിൽ കാത്തു നിന്ന പകലുകൾ. ജീവിതത്തിൽ ഒരു പെണ്ണുണ്ടെങ്കിൽ അത് അവളായിരിക്കുമെന്ന് ഉറപ്പിച്ച നാളുകൾ. പക്ഷേ നഗരത്തിലെ പഠനവും പണത്തോടുള്ള അച്ഛന്റെ ആർത്തിയും ഒരു നഗരപരിഷ്കാരിയുടെ ഭർത്താവ് വേഷത്തിലേക്ക് വിധി കൊണ്ടുചെന്നാക്കി. ഏതൊരു സാധാരണ പ്രണയകഥയ്ക്കും സംഭവിക്കുന്ന കേട്ടുപഴകിയ ഒരു ദുരന്തം. അച്ഛന്റെ മുമ്പിൽ തലയുയർത്തി നിന്ന് എനിക്ക് വാര്യത്തെ മീനാക്ഷിയെ മതിയെന്ന് പറയാനുള്ള ധൈര്യക്കുറവിനെ വിധിയുടെ തലയിൽ കെട്ടിവച്ചു രക്ഷപ്പെട്ടു.

കിട്ടിയ പുതിയ വേഷം ആടിത്തിമർക്കുന്നതിനിടയിൽ എപ്പോഴോ അമ്മ പറഞ്ഞറിഞ്ഞിരുന്നു. മീനാക്ഷിയുടെ വിവാഹം കഴിഞ്ഞ കാര്യം. മദ്യപാനിയായ ഭർത്താവിൽ നിന്ന് അവൾ നേരിടുന്ന പീഡനങ്ങളുടെ കഥയും പിന്നീടെപ്പോഴോ അറിഞ്ഞു. പക്ഷേ അവൾ എങ്ങനെ ഇപ്പോൾ ഇവിടെ? ഒരു പക്ഷേ ഈ നഗരത്തിലെ തന്നെ ഏതെങ്കിലും വീടിന്റെ ചുമരുകൾക്കുള്ളിലായിരുന്നുവോ അവളുടെ ജീവിതം? തകർന്നു പോകുന്ന ജീവിതത്തെയും താളം തെറ്റുന്ന മനസ്സിനെയും അടുക്കിപ്പിടിച്ച് തനിക്കരികിലെവിടെയോ അവൾ ഉണ്ടായിരുന്നിരിക്കണം. അറിയില്ല. പലചോദ്യങ്ങൾക്കും ഉത്തരം കിട്ടാറില്ലല്ലോ ഇപ്പോൾ! ഉത്തരങ്ങൾ ഇല്ലാത്ത കുറേചോദ്യങ്ങൾക്കു നടുവിൽ വെറുംചോദ്യ ചിഹ്നമായി ജീവിക്കാൻ തുടങ്ങിയിട്ട് നാളുകൾ കുറേയായി. ജീവിക്കുന്ന വീടും ഓടിക്കുന്ന കാറും എല്ലാം ഭാര്യാപിതാവിന്റെ സംഭാവനകൾ ആകുമ്പോൾ ചോദ്യങ്ങൾ മാത്രമേ പാടുള്ളൂ. ഉത്തരങ്ങൾ പ്രതീക്ഷിക്കരുത് എന്ന് പഠിച്ചുകഴിഞ്ഞു.

എല്ലാവരും കൂടി അവളെ പിടിച്ച് പുറത്താക്കിക്കഴിഞ്ഞു. വേഗം സാധനങ്ങൾ എന്തൊക്കെയോ എടുത്തുവച്ചു. കൂട്ടത്തിൽ

ഒരു കവറിൽ കുറച്ച് പഴങ്ങളും. ബില്ലടച്ച് വേഗം പുറത്തിറങ്ങി. കണ്ണുകൾ അവളെ തിരഞ്ഞു. എവിടെ? ഒടുവിൽ ഏതോ ഒരുകാറിന്റെ മറവിൽ അവളെ കണ്ടെത്തി. അയാൾ പഴങ്ങൾ നിറച്ച കവർ അവൾക്കുനേരെ നീട്ടി. തന്നെയവൾ തിരിച്ചറിയുമോ എന്നയാൾ ഭയന്നിരുന്നു. ആവശ്യത്തിന് ഭക്ഷണം കിട്ടാതെ വല്ലാതെ മെലിഞ്ഞ് പോയിരുന്നു അവൾ. വെളുത്തു തുടുത്തിരുന്ന കവിളുകൾ എല്ലുന്തി നിറം കെട്ട്.. ജഡപിടിച്ച് പാറിപ്പറന്ന് കിടക്കുന്ന തലമുടി വെറുതേ ഒരു തുണിക്കഷ്ണം കൊണ്ട് കെട്ടി വച്ചിരിക്കുന്നു. നീണ്ടുമെലിഞ്ഞ് മനോഹരമായിരുന്ന വിരലുകൾ ചെളിപിടിച്ച് നഖങ്ങൾ വെട്ടാതെ വികൃതമായിപ്പോയിരിക്കുന്നു. അയാൾ നീട്ടിയ കവർ വാങ്ങി അവൾ ചിരിച്ചപ്പോൾ അയാളുടെ ഉള്ള് നീറിപ്പുകഞ്ഞു. ആ ചിരി വേദനകൾ ഉറഞ്ഞുകൂടി നിറംകെട്ട് വികൃതമായിപ്പോയിരുന്നു. അവൾ ആർത്തിയോടെ കവറിൽ നിന്ന് പഴങ്ങളെടുത്ത് കഴിക്കുന്നത് കണ്ടുനിൽക്കാൻ കഴിയാതെ അയാൾ തിരിച്ചു നടന്നു.

വീട്ടിലെത്തിയപ്പോഴെ മകൻ ഓടി വന്നു.

"ഡാഡീ.. മുഖം മൂടി വാങ്ങിച്ചോ? കോമാളിയുടെ മുഖംമൂടി?"

"ഉം. ഇതിലുണ്ട് മമ്മി എടുത്തു തരും"

കയ്യിലെ കവർ ഡൈനിംഗ്ടേബിളിനു മുകളിൽ വച്ച് അയാൾ മുറിയിലേക്ക് നടന്നു. കൺമുന്നിൽ വന്ന് വീണ്ടും വീണ്ടും കുത്തിനോവിക്കുന്ന കാഴ്ചകളെ കഴുകികളയുവാൻ അയാൾ ശക്തിയായി വെള്ളം മുഖത്തേക്ക് ഒഴിച്ചു. തിരികെ വന്ന് കട്ടിലിലേക്ക് വീണപ്പോൾ എവിടെ നിന്നോ വർഷങ്ങളുടെ ഒരു തളർച്ച അയാളുടെ ശരീരത്തെയും മനസ്സിനെയും പൊതിഞ്ഞു. അപ്പോഴാണ് മകൻ കയ്യിലൊരു പൊതിയുമായി ഓടി വന്നത്.

"ഡാഡീ.. ഡാഡിക്കു തെറ്റി. മുഖംമൂടിക്കു പകരം ഡാഡി വാങ്ങിയത് ഒരു കണ്ണാടിയാണ്.. ദാ നോക്കിക്കേ.."

മകന്റെ കൈയിൽ നിന്നും വാങ്ങിയ കണ്ണാടിയിലേക്ക് നോക്കി അയാൾ പതുക്കെ പറഞ്ഞു.

'അല്ല. ഇതൊരു മുഖംമൂടി തന്നെയാണ്.. ഒരു കോമാളിയുടെ മുഖംമൂടി..!'

7. എഴുതിത്തീരാത്ത പ്രണയം

ഡിസംബറിലെ അവസാന രാത്രി. പുറത്ത് നല്ല തണുപ്പാണ്. ഇവിടെ ഈ ഏകാന്തതയുടെ കറുത്ത കമ്പിളിക്കുള്ളിൽ ഒരു പുതുവർഷത്തിനുവേണ്ടി കാത്തിരിക്കുമ്പോൾ നിന്നോട് പറയാതെ ബാക്കി വച്ച എന്റെ പ്രണയത്തെ ഞാൻ ഓർത്തുപോയി. ഈ വർഷപുഷ്പം കൊഴിയാൻ ഒന്നോ രണ്ടോ മണിക്കൂറുകൾ മാത്രം ബാക്കി നിൽക്കേ ഞാനവ നിനക്ക് കൈമാറുന്നു. ഒരിക്കലും അയക്കാൻ കഴിയാത്ത ഒരു പ്രണയലേഖനമായി. അല്ലെങ്കിൽ എങ്ങോട്ടാണ് ഞാനിത് അയക്കേണ്ടത്? എന്റെ തന്നെ ഹൃദയത്തിലേക്കല്ലാതെ!

പുറത്ത് മഞ്ഞുപെയ്യുന്നു. നിന്നെക്കുറിച്ച് ഓർമ്മിക്കുമ്പോഴെല്ലാം ഒരു നനുത്ത കുളിര് എന്നിൽ വന്ന് നിറയുന്നു. ഒരിക്കലും ഉരുകിത്തീരാതെ തണുത്തും കുളിർപ്പിച്ചും കാത്തിരുന്നെന്നെ കൊതിപ്പിക്കുന്ന മാമരച്ചില്ലകൾക്കു മീതെ പൊഴിയുന്ന മഞ്ഞുതുള്ളിയാണ് നീ...

ആകാശത്തിന്റെ അതിരുകൾക്കപ്പുറത്ത് നക്ഷത്രങ്ങൾ കാവൽ നിൽക്കുന്നിടത്താണ് ഞാൻ നിന്റെ പ്രണയം സൂക്ഷിച്ചുവച്ചിരിക്കുന്നത്. മറ്റാരും കവർന്നെടുക്കാതിരിക്കാൻ. നിനക്കറിയുമോ, മലഞ്ചെരിവിൽ നീയെനിക്കായി ജ്വലിപ്പിക്കുന്ന

അഗ്നിയുടെ ചൂടേറ്റാണ് ഞാനിവിടെ തണുത്തു മരവിക്കാതെ ബാക്കിയാവുന്നത്.

ഞാനിതൊക്കെ നിന്നോട് പറയേണ്ടതുണ്ടോ? ഞാൻ പറയാതെ തന്നെ എന്റെ ഇഷ്ടങ്ങളെക്കുറിച്ച് അറിയുന്ന ഒരാളല്ലേ നീ. എന്റെ മനസ്സ് എന്നേക്കാൾ നന്നായി വായിക്കുന്ന ഒരാൾ. എന്റെ വേവലാതികളെക്കുറിച്ചും പ്രശ്നങ്ങളെക്കുറിച്ചും ചിന്തിക്കുന്ന ഒരാൾ. എന്റെ ഇഷ്ടങ്ങൾ പോലും നിന്റെ ചോദ്യങ്ങളിൽ നിന്നാണ് ഞാൻ അറിഞ്ഞിരുന്നത്. എന്നെ സന്തോഷിപ്പിക്കുവാൻ വേണ്ടിയാണോയെന്നറിയില്ല, എന്റെ ഇഷ്ടങ്ങളെ നീയെന്നും നിന്റെയിഷ്ടങ്ങളുടെ കൂടെ ചേർത്ത് വച്ചു. നിന്റെ കരുതലിനും സ് നേഹത്തിനും പകരം തരാൻ ഈ ജന്മം മതിയാകില്ല എനിക്ക്. അതുകൊണ്ട് നിന്റെ അടുത്ത ജന്മം കൂടി കടം തരുമോ എനിക്ക്?

മഴപെയ്യുന്ന രാവുകളിൽ മരം പെയ്യുന്നതിന് ചുവട്ടിൽ നിന്ന് ഞാൻ നിന്നെ സ്വപ്നം കാണുന്നു. സ്വപ്നത്തിൽ ഞാനും നീയും ഒന്നായിരുന്നു. നമുക്ക് ചിറകുകൾ ഉണ്ടായിരുന്നു. നമുക്കുചുറ്റും നക്ഷത്രങ്ങൾ വിടർന്നിരുന്നു. വളർന്നു നിൽക്കുന്ന മരങ്ങൾക്കിടയിൽ, കാടിന്റെ വന്യതയിൽ ഒക്കെ വിടർന്ന മിഴികളിലെ പ്രണയം മാത്രം നമ്മൾ കണ്ടു. കണ്ടിട്ടും കണ്ടിട്ടും കൊതിമാറാതെ നമ്മൾ വീണ്ടും വീണ്ടും കാടുകൾ തേടുന്നു!

തീ പോലുള്ള സ്നേഹമായിരുന്നു എനിക്ക് കിട്ടിയതെല്ലാം. അതെന്നെ പൊള്ളിച്ചു. എന്നെയും എന്റെ സ്വപ്നങ്ങളെയും കരിച്ചു കളഞ്ഞു. പക്ഷേ എന്റെ സിരകളെ ചൂടുപിടിപ്പിക്കുന്നുണ്ടെങ്കിലും നിന്റെ സ്നേഹം മഞ്ഞുപോലെയായിരുന്നു. ഞാനതിൽ ഉറഞ്ഞുപോയി. മറ്റെങ്ങോട്ടും നീങ്ങുവാനാകാതെ നിന്റെ പ്രണയത്തിന്റെ കുളിരിൽ ഞാൻ നിന്നിലേക്കൊട്ടി. ഒഴുകാൻ കഴിയാതെ.

നമ്മുടെ യാത്രകൾ ഓരോന്നും ഓർമ്മകളുടെ തടാകങ്ങളായിരുന്നു. വളഞ്ഞ വഴികളിലും തണുത്തുറഞ്ഞ പ്രഭാതങ്ങളിലും മൂടൽ മഞ്ഞ് പരന്ന മലഞ്ചെരുവുകളിലും ഞാൻ നിന്നെ അറിഞ്ഞു. നിന്റെ സ്വപ്നങ്ങളിലൂടെ എന്റെ കനവുകളിലേക്ക് ഞാൻ യാത്ര ചെയ്തു. നീയുറങ്ങുമ്പോൾ നിനക്കു വേണ്ടി വെറുതേ ഉണർന്നിരിക്കാൻ

എനിക്കു തോന്നി. നീയെഴുകുമ്പോൾ മാത്രം നനയുന്നൊരു കരയായിരുന്നു ഞാൻ. നിന്റെ ചുണ്ടിൽ മാത്രം ഉണരുന്നൊരു പാട്ടായിരുന്നു ഞാൻ. നിന്റെ ആകാശത്തിൽ മാത്രം ഉദിക്കുന്നൊരു നക്ഷത്രം.

വഴിയിലെവിടെയോ അനാഥമായിപ്പോയ എന്റെ പ്രണയം നിന്നിലൂടെ സനാഥമായി. വീണ്ടും അനാഥമാകാൻ വയ്യാത്തതുകൊണ്ട് നിനക്കുവേണ്ടി എനിക്കു പ്രിയപ്പെട്ടത് പലതും ഞാൻ ഉപേക്ഷിച്ചു. നീയറിഞ്ഞിരുന്നുവോ എന്റെ ഓരോ നിശ്വാസങ്ങളിലും നിറഞ്ഞിരുന്നത് നീ മാത്രമായിരുന്നു. നിന്റെ സ്വരമൊന്ന് കേൾക്കാതായാൽ, നിന്റെ സാന്നിദ്ധ്യമൊന്ന് അറിയാതായാൽ എനിക്ക് ശ്വാസം മുട്ടുന്നു. അപ്പോഴെല്ലാം ഞാനറിയുന്നു നീയാണെന്റെ പ്രാണവായു എന്ന്.

നിനക്കറിയുമോ, ഞാൻ ഞാനായി ജീവിച്ചത്, ഞാൻ എന്നിൽ സന്തോഷിച്ചത്, ഞാനെന്താണെന്ന് തിരിച്ചറിഞ്ഞത് ഒക്കെ നിന്നിലൂടെ നിന്റേതാകുമ്പോൾ മാത്രമാണ്. ഞാനും എന്റെ മോഹങ്ങളും നിന്നിൽ അലിഞ്ഞു ചേർന്നിരുന്നു. എനിക്കു ചുറ്റും നീയല്ലാതെ ഒന്നുമുണ്ടായിരുന്നില്ല. നീയെന്ന തുരുത്തിൽ ഞാൻ സുരക്ഷിതയായിരുന്നു. സന്തോഷവതിയായിരുന്നു. നിന്നിൽ നിന്ന് ഇനിയെനിക്കൊരു മടക്കം ഇല്ല. എനിക്കു ചുറ്റും വെറും വെള്ളം മാത്രമാണ്. അതിൽ വീണ് ശ്വാസം മുട്ടി പിടയുകയല്ലാതെ നിന്നിൽ നിന്ന് മറ്റെങ്ങോട്ടും ഒരു മടങ്ങിപ്പോക്ക് സാധ്യമല്ല. പക്ഷേ എന്നിട്ടും എന്റെ സ്നേഹത്തിന്റെ വ്യാപ്തി നിനക്ക് അളക്കാൻ കഴിയാതെ വരുന്നത് എന്തുകൊണ്ടാണ്? നീ എന്നെ അറിയാതെ പോയതാണോ, ഞാൻ നിന്നെ അറിയാതെ പോയതാണോ നമുക്ക് പറ്റിയ തെറ്റ്? കണ്ണുകളിൽ നോക്കി കടലാഴങ്ങൾ അളക്കുന്ന നിനക്ക് എന്തുകൊണ്ട് എന്റെ പ്രണയമളക്കാൻ കഴിയാതെ വന്നു?

പ്രണയം അറിവിന്റെ ഖനിയാണ്. നീയുണ്ടെന്ന് ഞാനും ഞാനുണ്ടെന്ന് നീയും തിരിച്ചറിയുന്ന എത്ര ഖനനം ചെയ്തിട്ടും തീരാത്ത ആഴത്തിലുള്ള ഖനി. ഞാനിവിടെ നിന്റെ ആഴങ്ങളിലേക്കുള്ള യാത്രയിലാണ്. എത്ര എഴുതിയാലും തീരാത്ത, എത്ര അനുഭവിച്ചാലും മതി വരാത്ത നനുത്ത ചാറ്റൽ മഴയായ് നിന്റെ പ്രണയം എന്നിൽ പെയ്തുകൊണ്ടിരിക്കുന്നു.

ഞാൻ വളരുന്നത് നിനക്കുവേണ്ടി മാത്രമാണ്. നിന്നിൽ നിന്ന്
പ്രാണവായുവും പ്രകാശവും സ്വീകരിച്ച് ഞാനൊരു വൻമരമായ്
വളരുന്നത് നിനക്കു മാത്രം തണലേകുവാനാണ്. എന്റെ വളർച്ചയും
നിലനിൽപ്പും നിന്നിലൂടെ മാത്രമാണ്. ഒരു പക്ഷേ ഞാനിപ്പോഴും
ജീവിച്ചിരിക്കുന്നത് നിന്റെ ഹൃദയതുടിപ്പുകൾ എവിടെയോ
എനിക്കായ് മിടിക്കുന്നതുകൊണ്ടാവാം. ഈ ജന്മത്തിൽ
ഇനിയെനിക്ക് നിന്റേതുമാത്രമായിരുന്നാൽ മതി. പറിച്ചുമാറ്റാൻ
കഴിയാത്ത വിധം ഞാൻ നിന്നിൽ വേരുകളാഴ്ത്തിക്കഴിഞ്ഞു.

നീ വന്നു കടന്നുപോയ പകലുകൾ. നിന്നരികിലുറങ്ങാതിരുന്ന
രാവുകൾ. നിന്നെയോർത്ത് വേദനിച്ച സന്ധ്യകൾ. നിന്റെ മാത്രം
നിഴലുകണ്ട തണൽ മരച്ചുവടുകൾ. നിന്നിലുള്ളതൊന്നും മറ്റാരിലും
കാണാനാകാതെ ഞാനെന്നും നിന്റെ ഹൃദയഭിത്തികളിൽ ചേർന്നു
നിൽക്കുന്നു. അടർത്തിമാറ്റാൻ പറ്റാത്തവിധം. നിന്റെ
ചിറകിനടിയിൽ അഭയം തേടാനാണ് എന്നും ഞാൻ
ആഗ്രഹിക്കുന്നത്. ചേർത്തു പിടിക്കാൻ ആ കൈകളും
വിശ്വസിക്കാൻ ആ മനസ്സും എന്റെ കൂടെ എന്നും ഉണ്ടാവണം
എന്നത് ഒരതിമോഹമാണോയെന്നറിയില്ല. ഒരു പക്ഷേ ഈ
അതിമോഹമാണ് എന്നെ നിലനിർത്തുന്നത്. നിന്നോടൊപ്പം ചേർന്നു
നിൽക്കുമ്പോൾ മാത്രം ഞാൻ പൂർണ്ണയാകുന്നു. നിന്നിൽ നിന്നും
മടങ്ങുമ്പോൾ എനിക്ക് ചിറകുകൾ നഷ്ടപ്പെടുന്നു.

എഴുതി തീർക്കാൻ കഴിയാത്ത എന്റെ പ്രണയവും പുതിയ
വർഷത്തിലേക്ക് കടന്നു കഴിഞ്ഞു. അതാ പുറത്ത്
പുതുനാമ്പുയർത്തി പുതുവർഷം മുളച്ചുതുടങ്ങി. നിനക്ക്
അറിയാനാകുന്നുണ്ടോ എന്റെ ചിന്തകൾ നിന്നിൽ പുതിയ ഇലകൾ
തേടുന്നത്?

ഞാൻ നിർത്തട്ടെ...!

ഞാൻ മരിച്ചാൽ നീ എനിക്കുവേണ്ടി പ്രാർത്ഥിക്കുക.
നിന്റേതുമാത്രമാവാൻ കൊതിച്ച് എന്നെ വീണ്ടും ജനിപ്പിക്കുവാൻ...!

കടപ്പാട്: എന്നും ഹൃദയത്തിൽ പ്രണയം സൂക്ഷിച്ച ഒരു
കൂട്ടുകാരിയോട്...

8. ഗോൽഗുൽത്തായിലെ പരാജയം

താഴെ ക്രിസ്തുമസ് ആഘോഷങ്ങൾ യേശു കണ്ടു. കരയണോ ചിരിക്കണോ? ദൈവപുത്രനെന്ന് അവകാശപ്പെടുന്ന ക്രിസ്തുവിന്റെ ജനനം ആഘോഷിക്കുകയാണ് ജനങ്ങൾ... ജനങ്ങൾ...! കാലം മാറ്റത്തിന്റെ തിരശ്ശീലയിലാണിപ്പോൾ. യേശുവിന്റെ ജനനം ആഘോഷിക്കുന്ന യൂദാസിന്റെ സന്തതികൾ. മുപ്പതു വെള്ളിക്കാശിന് ഒറ്റുനടത്തിയ യൂദാസിന്റെ.

ഇപ്പോൾ ഉറക്കെയൊന്ന് പൊട്ടിച്ചിരിക്കാനാണ് തോന്നുന്നത്. ഇന്ന് മുപ്പതിനു പകരം അഞ്ചുമതി ഇവർ ആരെയും ഒറ്റിക്കൊടുക്കും. ഹാ! അവരാണ് ദൈവപുത്രനായ ക്രിസ്തുവിന്റെ ജന്മദിനം കൊട്ടിഘോഷിക്കുന്നത്. സമാധാനത്തിന്റെയും നന്മയുടെയും സന്ദേശങ്ങൾ പാഴ്വാക്കായി പുലമ്പുന്നത്.

ദൈവപുത്രൻ...

ദൈവം തന്നെ ഭൂമിയിലേക്ക് അയച്ചത് ദൈവപുത്രനായല്ല. മനുഷ്യപുത്രനായി. വെറും മനുഷ്യനായി! പക്ഷേ ഉയിർപ്പിന്റെ കെട്ടുകഥകൾ പറഞ്ഞുപരത്തി അവർ തനിക്ക് ദൈവിക പരിവേഷം നൽകിയിരിക്കുന്നു. എന്തിന്? തെറ്റുകൾ കൂമ്പാരമായി കുന്നുകൂടുമ്പോൾ കെട്ടിയേൽപ്പിക്കാൻ ഒരത്താണിയായിട്ടോ? അതോ അശാന്തമായ മനസ്സിന്റെ സമാധാനത്തിനു വേണ്ടിയോ? വിഫലമായ പ്രാർത്ഥനകൾ കേൾക്കുമ്പോൾ വിളിച്ചുപറയണമെന്നുണ്ട്.

ഞാൻ മനുഷ്യനാണ്. വെറും മനുഷ്യൻ. മരണപ്പെട്ട അനേകം മനുഷ്യരുടെ കൂടെയാണ് ഇന്നും എന്റെ സ്ഥാനം. പരാജയം ലഭിക്കുമെന്നറിഞ്ഞു തന്നെയാണ് ദൈവം തന്നെ ഭൂമിയിലേക്ക് അയച്ചത്. മനസ്സറിയാതെ ചെയ്ത ഏതെങ്കിലും തെറ്റിനുള്ള ശിക്ഷയാവാം ഒരു പക്ഷേ!

പരാജയമായിരുന്നു എല്ലായിടത്തും എനിക്ക്. ഒടുവിൽ ഗോൽഗുൽത്താമലയിൽ കള്ളന്മാരുടെ നടുവിലെ മരക്കുരിശിൽ മൂന്നാണികൾ താങ്ങുനൽകി കിടന്നപ്പോൾ ആ പരാജയം പൂർണ്ണമായി. ദൈവമായിരുന്നുവെങ്കിൽ ഞാനവിടെ എത്തില്ലായിരുന്നു. എതിർത്തവരെ തോൽപ്പിച്ചുകൊണ്ട് ഞാൻ രക്ഷപ്പെടുമായിരുന്നു. മുൾക്കിരീടവും മരക്കുരിശും എനിക്ക് ഭാരമാവില്ലായിരുന്നു.

എന്റെ കാലടികൾ എന്നും ഇടറിയിട്ടേയുള്ളൂ. ചാട്ടവാറുകൾ എന്നും പാമ്പുകളെ പോലെ പുളഞ്ഞിട്ടേയുള്ളൂ. എന്നിട്ടും എങ്ങനെ ഞാൻ ദൈവമായി? അമ്പരപ്പല്ല, തമാശയാണ് തോന്നുന്നത്.

തന്റെ മരണത്തിൽ പ്രതിഷേധിച്ചിട്ടാണോയെന്നറിയില്ല, പൗലോസ് വിളിച്ചു ചോദിച്ചു.

"മരണമേ നിന്റെ ദംശനം എവിടെ? മരണമേ നിന്റെ വിജയം എവിടെ? മരണത്തിന്റെ ദംശനം പാപവും പാപത്തിന്റെ ശക്തി നിയമവുമാണ്."

ദൈവമായിരുന്നുവെങ്കിൽ ഒരു നിമിഷം കൊണ്ട് സാവൂളിനെ ഞാൻ പരാജയപ്പെടുത്തുമായിരുന്നു. യാക്കോബിനെ വാളിൽ നിന്ന് രക്ഷിക്കുമായിരുന്നു. സാവൂൾ മാനസാന്തരപ്പെട്ടു. പക്ഷേ യാക്കോബ് പുനർജനിച്ചില്ല.

യൂദാസിനെ ശപിച്ചില്ല. പരാജയം തനിക്കിഷ്ടമായിരുന്നില്ലെങ്കിലും! മുപ്പത് വെള്ളിക്കാശ് അവന്റെ നിക്ഷേപത്തിൽ വർദ്ധനവുണ്ടാക്കുമെങ്കിൽ...

അക്കൽദാമയിൽ മരിച്ചുകിടക്കുന്ന യൂദാസ് മനസ്സിൽ സഹതാപമുണർത്തി. മുപ്പതു വെള്ളിക്കാശ് അവനൊരു ശാപമായിരുന്നുവോ?

തിന്മയെ നന്മ കൊണ്ട് നേരിടാമെന്ന് അഹങ്കരിച്ചിരുന്നോ? ജയിച്ചത് തിന്മയാണ്. പരാജയപ്പെട്ടത് നന്മയും! കാൽവരിക്കുന്നിൽ തിന്മ വിജയത്തിന്റെ കൊടി നാട്ടി. ഗോൽഗുൽത്തായിൽ നന്മയുടെ പരാജയത്തിന്റെ കുരിശുമുയർന്നു. തിന്മയുടെ വിജയക്കുരിശ്.

എന്നിട്ടും യൂദാസിന്റെ സന്തതികൾ ഇന്ന് എന്നിൽ ആശ്രയം കണ്ടെത്താൻ ശ്രമിക്കുന്നു.

"ഹേ വിഡ്ഢിയായ മനുഷ്യാ, നീയറിയുന്നില്ലല്ലോ ഞാനും നിന്നെപ്പോലെയാണ്. നിസ്സഹായനായ വെറുമൊരു മനുഷ്യൻ. പക്ഷേ നീയെന്നോട് യാചിക്കുന്നു. യൂദാസിന്റെ സന്തതിയായ നീ!"

എനിക്കുശേഷം മനുഷ്യൻ വളർന്നു ദൈവത്തേക്കാൾ വലുതായപ്പോഴും അവൻ ദൈവത്തെ ആശ്രയിക്കുന്നു. ഇന്ന് ദൈവം നിസ്സഹായനാണ്. മനുഷ്യന്റെ ബാലിശമോഹങ്ങളെ സാക്ഷാത്കരിക്കാനാവാതെ വിളറിനിൽക്കുന്ന ദൈവത്തിന്റെ സ്വരം യേശു കേട്ടു.

"ഞാൻ നിന്നെ ഭൂമിയിലേക്ക് അയച്ചത് മനുഷ്യൻ എന്നെ അറിയാനായിരുന്നു. നാമമില്ലാത്ത എനിക്ക് നിന്നിലൂടെ നാമവും രൂപവും ലഭിക്കണമായിരുന്നു. നിന്നോട് അപേക്ഷിക്കുമ്പോൾ അവർ എന്നെ അറിയുന്നു. നീ തന്നെയാണ് ഞാൻ. പക്ഷേ ഞാൻ നീയല്ല."

ആ സ്വരത്തിലെ നിസ്സഹായത ദർശിച്ചപ്പോൾ ഒന്ന് പൊട്ടിച്ചിരിക്കാൻ തോന്നി. എനിക്കറിയാം, ദൈവത്തെ അറിയാനുള്ള ഒരു കരു മാത്രമായിരുന്നു ഞാൻ. ഞാനൊന്നുമായിരുന്നില്ല എന്ന് പക്ഷേ മനുഷ്യനറിഞ്ഞില്ല. ആരൊക്കെയോ ചേർന്ന് എനിക്ക് ദൈവിക പരിവേഷം കെട്ടിയേൽപ്പിച്ചു. അത്ഭുതപ്രവൃത്തിയുടെ മുത്തശ്ശിക്കഥകൾ പറഞ്ഞു പരത്തി. എന്നിലൂടെ അത്ഭുതം കാട്ടിയെന്നു പറഞ്ഞ ദൈവം പക്ഷേ പീലാത്തോസിന്റെ

പടയാളികൾ ചാട്ടവാറുകൊണ്ടടിച്ചപ്പോഴും മരക്കുരിശിൽ
ആണികൾ താങ്ങുനൽകിയപ്പോഴും കണ്ണടച്ചിരുന്നു.

എന്റെ ജീവിതം എനിക്കു നൽകിയ കയ്പുനീർ കലർന്ന
പാനപാത്രം ഞാൻ കുടിക്കേണ്ടിയിരുന്നു. പരാജയപ്പെട്ടത് ഞാൻ
മാത്രം. വിജയിച്ചത് യഹൂദരും കയ്യാഫാസും!

"പീലാത്തോസേ... നീയും നിസ്സഹായനായിരുന്നു. എനിക്കറിയാം.
നിന്നോടെനിക്ക് ദേഷ്യമില്ല. മൂന്നുവട്ടം തള്ളിപ്പറഞ്ഞ
പത്രോസിനോടും വെള്ളിനാണയങ്ങളുടെ കിലുക്കത്തിൽ
അന്ധനായ യൂദാസിനോടും എനിക്ക് ദേഷ്യമില്ല, ആരോടും
ആരോടും ദേഷ്യമില്ല!

ഗോൽഗുൽത്താമലയിലെ മരക്കുരിശ് മുന്നിൽ തെളിയുന്നു.
കുരിശിനു മുകളിലെ ശീർഷകം പരിഹാസമായിരുന്നോ?

'യഹൂദരുടെ രാജാവ്'

രാജാവിന് ജനങ്ങൾ തന്നെ ശിക്ഷ നൽകിയിരിക്കുന്നു. തനിക്കു
പകരം ബറാബ്ബാസിനെ മതിയെന്നു വിളിച്ചുപറഞ്ഞ ജനം!
കൊള്ളക്കാരനായ ബറാബ്ബാസിനെ!

മറിയത്തിനാവശ്യം ഒരു മകനെയായിരുന്നു. അതറിഞ്ഞിട്ടു
തന്നെയാണ് താൻ സ്നേഹിച്ചിരുന്ന ശിഷ്യനെ അവൾക്ക്
നൽകിയിട്ട് പറഞ്ഞത്.

"സ്ത്രീയേ, ഇതാ നിന്റെ മകൻ..!"

അവൻ അവളെ അമ്മയായി സ്വീകരിക്കുക കൂടി ചെയ്തപ്പോൾ
എല്ലാ കടമയും പൂർണ്ണമായി.

താഴെ ഭൂമിയിൽ പ്രാർത്ഥനകൾ കച്ചവടമായി മാറുമ്പോൾ
മാത്രമാണ് അമർഷം തോന്നുന്നത്. ഒരു കച്ചവടത്തിൽ
താനറിയാതെ തന്നെ താൻ പങ്കാളിയാക്കപ്പെടുന്നു. പക്ഷേ ദൈവം
സന്തോഷം കൊണ്ട് തുള്ളിച്ചാടുകയാണ്. തന്റെ പേരിലൂടെ
മനുഷ്യൻ ദൈവത്തെ ഓർമ്മിക്കുന്നു.

"മനുഷ്യാ നിന്റെ പ്രാർത്ഥനകൾ ഫലിക്കട്ടെ! പക്ഷേ ഞാൻ
നിസ്സഹായനായ വെറുമൊരു മനുഷ്യനാണ്. മുൾക്കിരീടത്തിൽ
നിന്നും ചമ്മട്ടികളുടെ അടികളിൽ നിന്നും മൂന്നാണികളിൽ നിന്നും
രക്ഷപ്പെടാനാവാതെ സ്വയം തോറ്റുകൊടുത്ത വെറുമൊരു
മനുഷ്യൻ!"

യേശു കണ്ണുകളടച്ചു.

9. സൂര്യകാന്തി

എന്നായിരുന്നു ഞാനൊരു സൂര്യകാന്തിയായി പരിണാമപ്പെട്ടതെന്ന്
എനിക്കോർമ്മയില്ല. അതുപക്ഷേ നീയെന്ന സൂര്യൻ എന്നിൽ
ഉദിച്ചതിനു ശേഷമായിരുന്നു എന്നു മാത്രമെനിക്കറിയാം. ഇരുൾ
നിറഞ്ഞുപോയ എന്റെ ജീവിതത്തിലേക്ക് വെളിച്ചവും ഊർജ്ജവും
പ്രസരിപ്പിച്ചുകൊണ്ട് നീ ഉദിച്ചുയർന്നതിനു ശേഷം! അന്നു മുതൽ
നിഴൽ നിറങ്ങൾ മാത്രം തെളിഞ്ഞു നിന്ന എന്റെ ലോകത്ത് വിവിധ
വർണ്ണങ്ങളുടെ ചിത്രജാലകങ്ങൾ തുറന്നു. കറുപ്പും വെളുപ്പും മാത്രം
നിറഞ്ഞു നിന്ന എന്റെ ക്യാൻവാസിൽ നിറങ്ങളുടെ വർണ്ണ ചാരുത
വിരിഞ്ഞു. അതോടെ ഞാനൊരു സൂര്യകാന്തിയായി പരിണാമപ്പെട്ടു.
എന്റെ സൂര്യനു നേർക്കുമാത്രം നോക്കാൻ കഴിയുന്ന സൂര്യകാന്തി.!

നിന്റെ സഞ്ചാരപഥങ്ങൾക്ക് നേരെ മാത്രം മുഖംതിരിച്ച് മുഖം
തിരിച്ച് ഞാനെന്നും നിന്നിലൂടെ സഞ്ചരിച്ചു. ഒരായുസ്സു മുഴുവൻ
കണ്ടാലും കൊതിമാറാത്ത നിന്റെ മുഖത്ത് കണ്ണുനട്ട് ഈ ജന്മം
ജീവിച്ചുതീർക്കാൻ ഞാൻ കൊതിച്ചു.

സൂര്യദേവാ, നിന്നെ പ്രണയിച്ച് പ്രണയിച്ച് ഒരു നാൾ ഞാൻ
ഇതളുകൾ കൊഴിഞ്ഞ്, നീര് വറ്റി, നിറം മങ്ങി ഈ മണ്ണിലമരുമെന്ന്

എനിക്കറിയാം. എങ്കിലും അതുവരെയുള്ള ഈ ജീവിതം നിനക്കായി
ജീവിച്ചു തീർക്കണം എനിക്ക്.. നിന്റെ ചുംബനമേറ്റ് എല്ലാ രാവിലും
ഉറങ്ങണമെനിക്ക്. എല്ലാ പ്രഭാതത്തിലും നിന്റെ തലോടലേറ്റ്
ഉണരണം. നിന്നിൽ നിന്ന് ഒരു കർണ്ണനെ ഗർഭം ധരിക്കണം.

കാന്തത്തിന്റെ നിറം എപ്പോഴും കറുപ്പായിരിക്കില്ലെന്ന് നിന്റെ
കണ്ണുകൾ എന്നെ ഓർമ്മിപ്പിക്കുന്നു. എന്റെ ഹൃദയത്തെ
നിന്നിലേക്ക് വലിച്ചടുപ്പിക്കുന്ന തവിട്ടുനിറമുള്ള നിന്റെ
കാന്തക്കണ്ണുകൾ...! ആദ്യമായി എന്നെ വിഭ്രമിപ്പിച്ച നിന്റെ നോട്ടം
ഇപ്പോഴും എന്റെ കരളിൽ കൊളുത്തിക്കിടക്കുന്നു.
നീയെന്റേതാണെന്നും എന്റേതുമാത്രണെന്നും എന്നും
ഓർമ്മിപ്പിക്കുന്ന ഓർമ്മകളിൽ എപ്പോഴും വാചാലമാകുന്ന എനിക്കു
വേണ്ടി മാത്രമായ് തിളങ്ങുന്ന നിന്റെ നക്ഷത്രക്കണ്ണുകൾ...
എന്റെയുള്ളിലെ പ്രണയത്തിന്റെ തരികളെ അരിച്ചെടുത്ത്
എനിക്കുവേണ്ടി അവയെന്നും തിളങ്ങിക്കൊണ്ടിരുന്നു.

സൂര്യദേവാ, ഏത് വശീകരണ മന്ത്രം കൊണ്ടാണ് നീ എന്നെ
നിന്നിൽ തളച്ചിടുന്നത്? എന്റെ ഇതളുകളിൽ മെല്ലെ മെല്ലെ തഴുകി
എന്നെ അലിയിക്കുന്ന എന്ത് മാന്ത്രികതയാണ് നിന്റെ
വിരലുകൾക്കുള്ളത്? എന്റെ ചുണ്ടുകളിലേക്ക് നിന്റെ ചുണ്ടുകൾ
പകർന്നു തരുന്നത് ഏത് മൃതസഞ്ജീവനിയാണ്? നിന്റെ
ചുംബനങ്ങൾ ഏൽക്കുമ്പോൾ എന്റെ ഉടൽ തളിരിടുകയും
പൂത്തുലയുകയും ചെയ്യുന്നത് എന്തുകൊണ്ടാണ്?

നിന്റെ നഖക്ഷതങ്ങൾ മധുരിക്കുന്ന അടയാളങ്ങളായി ഞാൻ
കാത്തു വയ്ക്കുന്നു. എന്റെ വിരലിൽ നീ അണിയിക്കുന്ന
മോതിരത്തോടൊപ്പം എന്റെ നിറുകയിലേക്ക് നീ തരുന്ന ഒരു നുള്ള്
കുങ്കുമം കൂടി ഞാൻ സ്വപ്നം കണ്ടിരുന്നു.

നിന്റെ ഓരോ യാത്രയും എനിക്ക് സമ്മാനിച്ചത് ഓർമ്മകളുടെ
വസന്തകാലമായിരുന്നു. ഋതുഭേദങ്ങളിൽ അലിഞ്ഞ് എന്നെ
ഞാനാക്കിയ പ്രിയ നിമിഷങ്ങൾ... നിന്റെ സ്നേഹത്തിനായി ഒരു
ഭിക്ഷാംദേഹിയെപ്പോലെ കാത്തുനിന്ന എനിക്ക് നിന്റെ ഓരോ
സന്ദർശനങ്ങളും ഓർമ്മയുടെ നാണയക്കിലുക്കങ്ങൾ സമ്മാനിച്ചു.

ഞാനവ എന്റെ നിധിശേഖരത്തിലേക്ക് എന്നും ചേർത്തുവച്ചു.
എന്റെ ജീവിതയാത്രയ്ക്ക് പാഥേയമായി എന്നും കൂടെ കരുതി.

മഴ നനയാതെ ഒരു കുടക്കീഴിൽ നീയെന്നെ ചേർത്തു പിടിച്ചപ്പോൾ
നിന്റെ സ്നേഹം മഴയായി എന്നിൽ പെയ്തിറങ്ങി. ഞാനന്ന് മഴയെ
വല്ലാതെ സ്നേഹിച്ചു. നീയപ്പോൾ എനിക്ക് മഴവില്ലായിരുന്നു.
കാത്തിരുന്ന് കാത്തിരുന്ന് എന്റെ ആകാശത്തിൽ തെളിഞ്ഞ് എന്നെ
കൊതിപ്പിക്കുന്ന മഴവില്ല്. ആകാശ നീലിമ ചുറ്റും നിറഞ്ഞ്
ഞാനപ്പോൾ ഒരു മയിൽപ്പീലിയായി. എന്റെ പ്രണയത്തിന്റെ നിറവും
നീലയായിരുന്നു. ആകാശനീല...

ആഴിയേക്കാൾ ആഴമുള്ള പ്രണയത്തിനാൽ എന്റെ
വഴിതെറ്റിക്കുവാൻ കഴിഞ്ഞത് നിനക്ക് മാത്രമാണ്. ഇരുളിന്റെ
മറപറ്റി ആരുമറിയാതെ എന്റെ സ്വപ്നങ്ങളിൽ നീ വേരുകളാഴ്ത്തി.
പുലരികളിൽ ഒരു തണൽമരമായ് നീ എനിക്ക് മുകളിൽ പടർന്നു.
എന്റെ ഉറങ്ങാത്ത രാത്രികളെ പ്രണയത്തിന്റെ പനിനീർ തളിച്ച് നീ
കുളിർപ്പിച്ചു. എന്റെ സിരകളിൽ പാരിജാതമായ് വിടർന്നു. എന്റെ
നൈരാശ്യത്തിന്റെ താഴ്വരയിൽ നീ മോഹങ്ങൾ പൂക്കുന്നൊരു മരം
നട്ടുനനച്ചു. മരവിച്ചുപോയ എന്റെ ജീവിതത്തെ സുഗന്ധതൈലം
തളിച്ച് പുർജ്ജനിപ്പിച്ചു. ഇലപൊഴിച്ച പൂവാകപോലെ നീ എന്നിൽ
ഉന്മാദത്തിന്റെ ശോണിമ പടർത്തി. പ്രണയത്തിന്റെ താമരപ്പൂക്കൾ
വിടരുന്ന ആത്മാവുകൊണ്ട് നീയൊരു മഹായാനം തീർത്തു.

സൂര്യദേവാ... ഞാൻ എന്നാണ് നിന്നിൽ ഒരു കടലിരമ്പമായ്
ആർത്തിരമ്പിയത്? എന്റെ കടലാഴങ്ങളിൽ മുങ്ങിനിവർന്ന്
നീയെനിക്ക് മുത്തും പവിഴവും നൽകിയത് എന്നാണ്? എന്റെ
ആത്മാവിന്റെ വേദനകളെ സ്നേഹം തളിർക്കുന്ന ചുണ്ടുകൾ
കൊണ്ട് ഉമ്മവച്ചു തണുപ്പിച്ചത് എന്തിനായിരുന്നു?

പനിനീർപ്പൂക്കൾക്കിടയിൽ നിന്റെ ഇളവെയിലേൽക്കുമ്പോൾ
പ്രണയവീഞ്ഞിൽ നിന്നൊരു കവിൾ ഉന്മാദം നുകരുമ്പോൾ ഞാൻ
നിന്നെ മാത്രമാണ് എന്നിലേക്കാവാഹിക്കുന്നത്. നിന്നെക്കുറിച്ച്
രചിക്കാനൊരു കവിത എന്റെയുള്ളിൽ കിടന്ന് ചിലമ്പുമ്പോൾ
വീഞ്ഞിനേക്കാൾ ലഹരിയുള്ള നിന്റെ പ്രണയത്തിനാൽ എന്റെ
അക്ഷരങ്ങൾ വിറയ്ക്കുന്നു. നീ അരികിലെത്തുമ്പോൾ എന്നിൽ

മുന്തിരിവള്ളികൾ തളിരിടുകയും മാതളനാരകങ്ങൾ പൂവിടുകയും ചെയ്യുന്നു. എന്റെ നിറം മഞ്ഞയിൽ നിന്ന് നീലയായി പരിവർത്തനം ചെയ്യപ്പെടുന്നു.

സൂര്യദേവാ... ഞാൻ നിനക്കായ് സൃഷ്ടിക്കപ്പെട്ടവൾ.. അടർന്നു മാറാനാവാതെ നിനക്കു ചുറ്റും ഭ്രമണം ചെയ്യുന്നവൾ... നീ അരികിലെത്തുമ്പോൾ മാത്രം ഒരു താമരപ്പൂവായി രൂപം മാറുന്നവൾ... എന്നിലെ നേർത്ത ഗന്ധം കൊണ്ട് നിന്നെ ഉന്മത്തനാക്കുന്നവൾ... നിനക്കും എനിക്കും ഇടയിൽ നിലനിൽക്കുന്നതെന്തോ അതാണ് എന്നും സത്യമായത്. എന്നിലെ ഋതുക്കൾ പോലും നിന്റെ ചിന്തകൾക്കധീനം. എനിക്കും നിനക്കും ഒരേ നിറം. ഒരേ ഗന്ധം!

സൂര്യദേവാ... നിന്റെ ആകാശം തേടി പറന്നു വരാൻ രണ്ടു ചിറകുകൾ തേടുകയാണ് ഞാനിപ്പോൾ. എന്നിലെ ഋതുഭേദങ്ങൾ മുഴുവൻ നിനക്കു നൽകാൻ... എനിക്കെന്നും വർഷവും വസന്തവുമായ് നിന്നിലേക്ക് പറന്നു വരാമല്ലോ..! അതിനുവേണ്ടി ഏതു പഞ്ചാഗ്നി മധ്യത്തിലും ഞാൻ തപസ്സു ചെയ്യാം. ആ തപസ്സിനൊടുവിൽ ഞാൻ ഒരു വരം നേടും... ഒരു ഭൂമിയാകാനുള്ള വരം! ചിറകുകൾ ഉള്ള ഒരു ഭൂമി!!

10. നഃ സ്ത്രീ സ്വാതന്ത്ര്യമർഹതി...

സ്വാതന്ത്ര്യത്തിന്റെ വിജയകരമായ പതിനേഴാം ദിവസത്തിലാണ് ഒരു കാരണവുമില്ലാതെ അവൾക്ക് ഉറക്കം നഷ്ടപ്പെട്ടത്. കഴിഞ്ഞു പോയ പതിനേഴു ദിവസങ്ങൾ അവളെ സംബന്ധിച്ച് സ്വാതന്ത്ര്യത്തിന്റെ ശുദ്ധവായു നിറയെ ശ്വസിച്ചിരുന്നതിനാൽ ശ്വാസം മുട്ടുന്ന ദിനചര്യകളിൽ പോലും അവൾക്ക് അസ്വസ്ഥതയില്ലാതെ ഉറങ്ങാൻ കഴിഞ്ഞിരുന്നു. ശാസനകളില്ലാതെ മതിവരുവോളം വായിക്കുവാനും ഉറക്കം കണ്ണുകളെ തഴുകുമ്പോൾ മാത്രം പുസ്തകമടച്ചുവച്ച് കിടന്നുറങ്ങുവാനും കഴിഞ്ഞിരുന്നതുകൊണ്ട് അവൾക്ക് ഉറക്കത്തെ ഒരിക്കലും ക്ഷണിച്ചുവരുത്തേണ്ട ആവശ്യം വന്നിരുന്നില്ല. പക്ഷേ ഇന്ന് ഉറക്കം അകലേക്ക് മാറി നിന്നപ്പോൾ മാത്രമാണ് അന്നാദ്യമായി സ്വാതന്ത്ര്യം തനിക്ക് നൽകിയത് ഉറങ്ങാതിരിക്കാനുള്ള കഴിവ് കൂടിയാണെന്ന് അവൾ തിരിച്ചറിഞ്ഞത്.

താലിയുടെ രൂപത്തിൽ അസ്വാതന്ത്ര്യത്തിന്റെ ഒരു ചങ്ങല അവളെ ബന്ധനസ്ഥയാക്കിയിരുന്നു. അവളുടെ യാത്രകളെയും പ്രവൃത്തികളെയും ഇഷ്ടങ്ങളെയും എന്തിന് ഉറക്കത്തെപ്പോലും

നിയന്ത്രിക്കാൻ തക്കവിധം ബലമുള്ളതായിരുന്നു അത്. ആ ചങ്ങലകളെ പൊട്ടിച്ചെറിയാൻ വെമ്പുന്നൊരു മനസ്സുമായി കഴിഞ്ഞ പതിനഞ്ച് വർഷങ്ങൾ ഒരു തടവറയിലെന്നവണ്ണം അവൾ കഴിച്ചുകൂട്ടി. ആ ചങ്ങലകൾ ഉരഞ്ഞ് കാലുകളും ഒപ്പം ഹൃദയവും മുറിപ്പെടുകയും ആ മുറിവിൽ നിന്ന് നിർത്താതെ ചോരയൊലിച്ചു തുടങ്ങുകയും ചെയ്തപ്പോൾ ആ ചങ്ങലക്കെട്ടുകൾ പൊട്ടിച്ചെറിയാൻ അവൾ ആഗ്രഹിച്ചു.

പലതവണ ശ്രമിച്ച് പരാജയപ്പെട്ടുവെങ്കിലും ഒരിക്കലവൾ ആ ചങ്ങലകൾ പൊട്ടിച്ചെറിഞ്ഞ് സ്വാതന്ത്ര്യം നേടി. അത് പുതിയൊരു പ്രഭാതമായിരുന്നു. അന്നാദ്യമായി കാണുന്ന ആർത്തിയോടെ അവൾ തന്റെ പുതിയ സൂര്യനെ കണ്ടു. കാറ്റിന് കൂടുതൽ കുളിർമയും പൂക്കൾക്ക് കൂടുതൽ സുഗന്ധവും അവൾക്കനുഭവപ്പെട്ടു. പുലർമഴയിൽ നനഞ്ഞ വഴികളിലൂടെ സ്വാതന്ത്ര്യത്തിന്റെ ശുദ്ധവായു ശ്വസിച്ച് ഒട്ടും ധൃതിയില്ലാതെ അവൾ നടന്നു. വിരസമായിരുന്ന ബസ് യാത്രകളിൽ പുറത്ത് നിന്നും വരുന്ന കാറ്റിൽ പറക്കുന്ന മുടിയിഴകൾ മാടിയൊടുക്കാതെ കണ്ണടച്ചിരിക്കുമ്പോൾ ഇതുവരെ അനുഭവിച്ചിട്ടില്ലാത്ത ഒരു ശാന്തത അവൾക്കനുഭവപ്പെട്ടു. ഒരിക്കലും തനിച്ചാകുവാൻ ഇഷ്ടപ്പെടാതിരുന്ന അവൾ തനിച്ചുള്ള യാത്രകൾ ആസ്വദിച്ചു തുടങ്ങി. സമയത്തെ പേടിക്കാതെ അവൾ ഷോപ്പിംഗ് നടത്തി.

പക്ഷേ സ്വാതന്ത്ര്യം എന്നത് ഒരു മിഥ്യാധാരണയായിരുന്നുവെന്ന് ഉറക്കം നഷ്ടപ്പെട്ട പതിനേഴാം ദിവസം മുതൽ അവൾക്ക് തോന്നിത്തുടങ്ങി. വൈകിട്ട് എത്തുന്ന ഫോൺ കോളുകളിലും സന്ദേശങ്ങളിലും പഴയ ചങ്ങലയുടെ കിലുക്കം കേട്ടുതുടങ്ങിയപ്പോൾ മുതൽ അവളുടെ ഉറക്കം അസ്വസ്ഥമായി.

കുറേക്കാലം കാലിൽ കിടന്നതു കൊണ്ടാവാം അദൃശ്യമായ ഒരു സാന്നിദ്ധ്യം ആ ചങ്ങല അവളിൽ അവശേഷിപ്പിച്ചിരുന്നു. ഉറപ്പുള്ള ഒരു ഇരുമ്പുകമ്പിയിൽ കെട്ടിയിടപ്പെട്ടതുപോലെ ഒരു വൃത്തപരിധിയ്ക്കപ്പുറത്തേക്ക് നീങ്ങുവാനാകാതെ അവൾ വട്ടം ചുറ്റി. കാലിൽ പലവട്ടം തപ്പിനോക്കി ആ ചങ്ങലകൾ കാലിലില്ലെന്ന് ഉറപ്പു വരുത്തിയിട്ടും പതിനഞ്ചു വർഷത്തിന്റെ ശീലം കൊണ്ടാവാം ആ വൃത്തപരിധി ലംഘിക്കുവാൻ അവൾക്ക് കഴിയാതെ വന്നു.

പെൺസ്വാതന്ത്ര്യത്തിന് അധികം വ്യാപ്തിയില്ലെന്ന്
മനസ്സിലായിത്തുടങ്ങിയപ്പോൾ സ്വാതന്ത്ര്യം എന്ന വാക്ക് ലിംഗഭേദം
കൊടുക്കേണ്ട ഒന്നാണെന്ന് അവൾ ഉറപ്പിച്ചു. താലിയുടെ രൂപത്തിൽ
കഴുത്തിൽ നിന്ന് കാലിലേക്ക് നീളുന്ന ചങ്ങലക്കെട്ടുകളിൽ നിന്ന്
മാത്രമല്ല പെണ്ണിന് മോചനം വേണ്ടത്; വഴിവക്കിലെ
തുറിച്ചുനോട്ടങ്ങളിൽ നിന്നും പെണ്ണിനെ വെറും ശരീരം മാത്രമായി
കാണുന്ന ദുഷിച്ച സമൂഹ മന:സ്ഥിതിയിൽ നിന്നും കൂടിയാണ് എന്ന
സാർവ്വജനീനമായൊരു തത്ത്വശാസ്ത്രം കൂടി അവൾ
സൃഷ്ടിച്ചെടുത്തു.

പണ്ടെപ്പോഴോ ചിതൽപ്പുറ്റിനുള്ളിൽ നിന്ന് തുറിച്ചു നോക്കിയ ഒരു
പുരുഷന്റെ കണ്ണുകൾ കുത്തിപ്പൊട്ടിച്ച രാജകുമാരിയോട് അവൾക്ക്
ആ നിമിഷം ആദരവ് തോന്നി. എന്നാൽ ഇന്നത്തെ
പുരുഷനോട്ടങ്ങളെ വെറുമൊരു മരക്കമ്പുകൊണ്ട്
കുത്തിപ്പൊട്ടിക്കാൻ കഴിയില്ലെന്നറിയാവുന്നതുകൊണ്ട് അവൾ
ഓരോ ദിവസവും അവളുടെ നോട്ടങ്ങളെ വജ്രത്തേക്കാൾ
മൂർച്ചയുള്ളതാക്കി. ആ വജ്രസൂചിയിൽ തട്ടി പലപ്പോഴും
പുരുഷധാർഷ്ട്യങ്ങളുടെ മുനയൊടിയുന്നത് കണ്ട് അവൾ ഉള്ളിൽ
ചിരിച്ചു. വഴിയരികിലെ പുരുഷ മുഖങ്ങൾ കണ്ട് പലപ്പോഴും
അവൾക്ക് ഓക്കാനം വന്നു. മിക്കപ്പോഴും തന്നെ ആരോ
പിന്തുടരുന്നുവെന്ന പെൺഭയത്താൽ യാത്രകളിൽ അവൾ
പിന്തിരിഞ്ഞു നോക്കിക്കൊണ്ടിരുന്നു. അപ്പോഴെല്ലാം സ്വന്തം
നിഴലിനെ കണ്ടുപോലും അവൾ ഭയന്നു.

പല്ലിയുടെ വാലുപോലെയാണ് തന്റെ കാലിലെ ചങ്ങലകൾ
എന്നവൾ പിന്നീട് തിരിച്ചറിഞ്ഞു. എത്ര തവണ മുറിച്ചെറിഞ്ഞാലും
വീണ്ടും വീണ്ടും അവ വളർന്നു കൊണ്ടിരുന്നു. ക്യാൻസർ ബാധിച്ച
ഒരവയവം മുറിച്ചുകളഞ്ഞപ്പോൾ ഉണ്ടായ ഒരു ശൂന്യത പോലെ
മുറിച്ചെറിഞ്ഞ ചങ്ങലക്കെട്ടുകൾ ജീവിതത്തിൽ ഉണ്ടാക്കിയ
ശൂന്യതയെ സ്വാതന്ത്ര്യം എന്ന് തെറ്റിദ്ധരിച്ചതിലെ അനൗചിത്യം
അപ്പോഴും അവൾക്കു പിടികൊടുക്കാതെ ദൂരെ മാറി നിന്നു. ജീവൻ
രക്ഷപ്പെട്ടതിന്റെ സന്തോഷമായി മാത്രം അതിനെ കരുതാൻ അവൾ
വെറുതെ ശ്രമിച്ചുകൊണ്ടിരുന്നു.

പിന്നീട് എപ്പോഴോ ഉറക്കം സാധാരണമട്ടിൽ അവളിലേക്ക് തിരിച്ചെത്തിയ രാത്രികളിലൊന്നിൽ പഴയ ചങ്ങല തന്റെ കാലിൽ നിന്ന് കഴുത്തിലേക്ക് സ്ഥാനം മാറുന്നതും കഴുത്തിൽ കുരുക്കി ശ്വാസം മുട്ടിക്കുന്നതുമായ ഒരു ദുഃസ്വപ്നം കണ്ട് അവൾ ഞെട്ടിയുണർന്നു.

11. കണ്ണാടിപ്പാത്രങ്ങൾ

രാവിലെ സാറ ചെല്ലുമ്പോൾ അന്നാന്റി ദൂരെ മലമടക്കുകൾക്കിടയിൽ മൂടൽമഞ്ഞ് പരക്കുന്നത് നോക്കി നിൽക്കുകയായിരുന്നു. അന്നാന്റിയുടെ പതിവുകളിൽ ഒന്നായിരുന്നു അത്. എന്നും സാറ വന്ന് ഒരു കപ്പ് കോഫി കൊടുക്കുന്നതു വരെ ആ നിൽപ്പ് തുടരും. സ്വയം മറന്നുള്ള ആ നിൽപ്പ് കാണുമ്പോൾ എന്തൊക്കെയാണ് ആ മനസ്സിലൂടെ കടന്നുപോകുന്നത് എന്ന് പലപ്പോഴും സാറ ആലോചിച്ചിട്ടുണ്ട്. ഒരിക്കലും ഒന്നും ചോദിച്ചിട്ടില്ല. ചോദിക്കാൻ സാറയ്ക്ക് പേടിയായിരുന്നു. അല്ല, ചോദിച്ചാലും മറുപടി കിട്ടില്ലെന്ന് സാറയ്ക്ക് അറിയാമായിരുന്നു.

കുന്നിൻമുകളിലുള്ള അന്ന മാർഗരറ്റിന്റെ ബംഗ്ലാവിലേക്ക് അമ്മച്ചിയുടെ കൈപിടിച്ച് കടന്നുവരുമ്പോൾ സാറയ്ക്ക് വെറും പത്തുവയസ്സേ പ്രായമുണ്ടായിരുന്നുള്ളു. അന്നു മുതൽ ഈ മുപ്പത്തിയേഴാം വയസ്സുവരെ സാറയുടെ മുന്നിലൂടെ അന്നാന്റിയുടെ ഏകാന്തജീവിതം യാതൊരു മാറ്റവുമില്ലാതെ തുടർന്നു പോന്നു.

ഈ ബംഗ്ലാവ് പണ്ട് ഫ്രഞ്ചുകാർ പണിതതാണെന്ന് അമ്മച്ചി പറഞ്ഞ് സാറ കേട്ടിട്ടുണ്ട്. ചോദിച്ച വിലകൊടുത്ത് അന്നാന്റി ഈ ബംഗ്ലാവ് വാങ്ങിയതിനു പിന്നിലും അവശേഷിച്ച ഫ്രഞ്ചുകാർ എല്ലാം തിരിച്ചുപോയിട്ടും ഫ്രാൻസിലേക്ക് പോകാതെ അന്നാന്റി ഇവിടെ താമസിച്ചതിന്റെ പിന്നിലും ഏതോ ഒരു കഥ ഒളിച്ചിരിക്കുന്നുണ്ടെന്ന് സാറയ്ക്ക് തോന്നിയിരുന്നു. ഈ ബംഗ്ലാവ് വാങ്ങാനായി മാത്രം അന്നാന്റി ഇവിടെ വളരെ വർഷങ്ങൾ വാടക കൊടുത്ത് താമസിച്ചിരുന്നതായി അമ്മച്ചി പറഞ്ഞ് സാറയ്ക്ക് അറിയാം.

എങ്ങോട്ടു തിരിഞ്ഞാലും മനോഹരമായ കാഴ്ചകൾ നിറഞ്ഞതായിരുന്നു അവിടം. ഒരു വശത്ത് പച്ചനിറമുള്ള മൊട്ടക്കുന്നുകൾ. മറുവശത്ത് തേയിലത്തോട്ടങ്ങൾ.. മൊട്ടക്കുന്നുകൾക്കപ്പുറത്ത് ഉയർന്നുനിൽക്കുന്ന പൈൻമരങ്ങൾ...ഇത്തരത്തിലുള്ള ഒരു സ്ഥലത്തല്ലാതെ ഒരാൾക്ക് ഇങ്ങനെ തനിച്ചു ജീവിക്കാൻ കഴിയില്ലെന്നു പോലും സാറ വിശ്വസിച്ചിരുന്നു.

സാറ ആദ്യമായി കാണുമ്പോൾ അന്നാന്റി ചെറുപ്പമായിരുന്നു. സ്വർണ്ണത്തലമുടിയും നീലക്കണ്ണുകളുമുള്ള അവരെ കാണുമ്പോഴൊക്കെ ഏതോ മുത്തശ്ശിക്കഥയിലെ സുന്ദരിയായ രാജകുമാരിയെയായിരുന്നു സാറയ്ക്ക് ഓർമ്മവന്നിരുന്നത്. ഇന്ന് ആ സ്വർണ്ണത്തലമുടി വെളുത്തു പോയെങ്കിലും അന്നാന്റിയുടെ ഭംഗി ഒട്ടും കുറഞ്ഞിട്ടില്ലെന്ന് സാറയ്ക്ക് തോന്നി.

ഏതോ ഒരു വലിയ വേദന അന്നാന്റിയെ ചൂഴ്ന്നു നിൽക്കുന്നുണ്ടെന്ന് സാറയ്ക്ക് അറിയാമായിരുന്നു. ഇടയ്ക്ക് പൈൻമരക്കാടുകളിൽ കാറ്റ് വീശുന്നത് നോക്കി നിൽക്കേ അവരുടെ ചുണ്ടുകളിൽ നിഗൂഢമായ ഒരു പുഞ്ചിരി തെളിയുന്നത് സാറ കണ്ടിട്ടുണ്ട്. സുഖകരമായ ഏതോ ഒരു ഓർമ്മയിൽ നിന്നാവാം ആ പുഞ്ചിരിയെന്ന് അവൾ ഊഹിച്ചിരുന്നു. ഒരു പ്രണയകാലത്തിന്റെ മൂടൽമഞ്ഞ് ഭൂതകാലത്തിൽ നിന്ന് ഇടയ്ക്കിടെ വന്ന് അന്നാന്റിയെ തഴുകി കടന്നുപോകുന്നത് സാറ പലപ്പോഴും ഒളികണ്ണാലെ കണ്ടു. അവർ ആരെയോ കാത്തിരിക്കുകയാണെന്ന് സാറയ്ക്ക് അറിയാമായിരുന്നു. ആ

അറിവ് അവൾക്ക് നൽകിയത് അന്നാന്റിയുടെ ചില്ലലമാരയിലെ കണ്ണാടിപ്പാത്രങ്ങൾ ആയിരുന്നു.

എന്നോ വരാനിരിക്കുന്ന ഒരു അതിഥിയ്ക്കു വേണ്ടി അന്നാന്റി എപ്പോഴും തേച്ചു തുടച്ചു മിനുക്കി വച്ചിരുന്ന പളുങ്കുപാത്രങ്ങൾക്ക് സാറയാണ് കണ്ണാടിപ്പാത്രങ്ങൾ എന്ന് പേരിട്ടത്. അത് കണ്ണാടിപോലെ തിളങ്ങിയിരുന്നു. ഒരിക്കൽപോലും ഉപയോഗിക്കാതെ അന്നാന്റിയെപ്പോലെ അവയും ഏതോ ഒരു മുഖ്യാതിഥിയെ കാത്തിരുന്നു.

ക്രിസ്തുമസ് കാലമാകുമ്പോൾ അതുവരെ നെടുവീർപ്പിട്ടും മലമടക്കുകളിൽ മഞ്ഞുപരക്കുന്നത് കണ്ടും സമയം കഴിച്ചുകൂട്ടിയിരുന്ന അന്നാന്റിയിൽ ഒരു പ്രത്യേക ഉത്സാഹം ഉടലെടുക്കും. ചില്ലലമാരയും കണ്ണാടിപ്പാത്രങ്ങളും വെട്ടിത്തിളങ്ങും പിന്നെ വീഞ്ഞുണ്ടാക്കുന്നതിന്റെയും കേക്കുണ്ടാക്കുന്നതിന്റെയും തിരക്കുകൾ ആണ്. അന്നാന്റിയുടെ വീഞ്ഞിന് ഒരു പ്രത്യേക രുചിയാണ്. എത്ര ശ്രമിച്ചിട്ടും ആ രുചിയുടെ രസക്കൂട്ട് സാറയുടെ കൈപ്പിടിയിൽ ഒതുങ്ങിയില്ല. ക്രിസ്തുമസ് കാലത്തു മാത്രം ലഭിക്കുന്ന ഒരു അപൂർവ്വതയായി അന്നാന്റിയുടെ വീഞ്ഞ് സാറയെ കൊതിപ്പിച്ചിരുന്നു. അന്നാന്റി പക്ഷേ ആ വീഞ്ഞ് കുടിക്കുന്നത് സാറ കണ്ടിരുന്നില്ല. വല്ലപ്പോഴും വോഡ്കയാണ് അന്നാന്റിയുടെ പതിവ്. അതും ഉറക്കം വരാത്ത രാത്രികളിൽ മാത്രം.

വോഡ്കയുടെ ലഹരിക്കുശേഷമുള്ള പ്രഭാതങ്ങളിൽ അന്നാന്റി മൊട്ടക്കുന്നുകളിലൂടെ ഒരു പ്രഭാത സവാരി നടത്തും. രാവിലെ എത്തുമ്പോൾ എന്നുമുള്ള നിൽപ്പ് കണ്ടില്ലെങ്കിൽ സാറയ്ക്കറിയാം. തലേന്ന് അന്നാന്റിയെ ഉറക്കിയത് വോഡ്കയാണെന്ന്. ചില ദിവസങ്ങളിൽ രണ്ടു കുന്നുകൾ വരെ കയറിയിറങ്ങും. അന്നാന്റിയുടെ സന്തോഷങ്ങൾ ഇത്തരം കുഞ്ഞുകുഞ്ഞു കാര്യങ്ങളിൽ മാത്രം ഒതുങ്ങിയിരുന്നു.പക്ഷേ ആർക്കു വേണ്ടിയാണ് അവർ ഇങ്ങനെ കാത്തിരിക്കുന്നത് എന്ന് മാത്രം സാറയ്ക്ക് മനസ്സിലായില്ല.

ആ കാത്തിരിപ്പിന് ഒരുപക്ഷേ സാറയുടെയത്ര തന്നെ പ്രായമുണ്ടാകും എന്നവൾ ഊഹിച്ചു. അന്നുമുതലേ ഈ

കണ്ണാടിപ്പാത്രങ്ങളും ഇവിടെയുണ്ടായിരുന്നുവെന്ന് സാറയ്ക്ക് തോന്നി. പഴകിയതും പോറൽ വീണതുമായ പാത്രങ്ങൾ മാത്രം അന്നാന്റി എന്നും ഉപയോഗിച്ചുപോന്നു. ഓരോ ക്രിസ്തുമസ് ദിനത്തിലും ആ കണ്ണാടിപ്പാത്രങ്ങൾ പുതിയ മേശവിരിപ്പിനു മുകളിൽ നിരക്കുന്നത് സാറ സ്വപ്നം കണ്ടു.പക്ഷേ അവ ഒരിക്കലും വരാത്ത ഒരു അതിഥിക്കു വേണ്ടിയുള്ള കാത്തിരിപ്പിലായിരുന്നു.

കാത്തിരിപ്പിനു ശേഷം എല്ലാ ക്രിസ്തുമസ് ദിനവും കടന്നുപോകുന്നത് വേദനയിലൂടെയും നിരാശയിലൂടെയും ആയിരുന്നു. തലേദിവസം വരെ ധൃതിപിടിച്ച് ഓരോന്ന് ഒരുക്കിക്കൊണ്ടിരുന്ന അന്നാന്റി ക്രിസ്തുമസ് ദിനം പുലരുമ്പോൾ മുതൽ പുറത്തെ സിമന്റ് ബഞ്ചിൽ നിശബ്ദയായി ഇരിപ്പു തുടങ്ങും. അസ്ഥി തുളയ്ക്കുന്ന തണുപ്പുപോലും വകവയ്ക്കാതെ ഇരിക്കുന്ന അവരെ കനത്ത മഞ്ഞിൽ ഒരു നേർത്ത രൂപമായി മാത്രമേ സാറയ്ക്ക് കാണാൻ കഴിഞ്ഞിരുന്നുള്ളു. ഏതോ ക്രിസ്തുമസ് ദിനത്തിൽ വരാമെന്ന് വാക്കു നൽകി അന്നാന്റിയെ കബളിപ്പിച്ചത് ആരാണെന്ന് സാറയ്ക്ക് പിടികിട്ടിയില്ലെങ്കിലും വാതിൽപ്പടിയിൽ സാറ അവർക്ക് കൂട്ടിരുന്നു.

ഉച്ചകഴിയുന്നതോടെ ആ ഇരിപ്പ് മതിയാക്കി അവർ കിടപ്പുമുറിയിൽ കടന്ന് വാതിലടയ്ക്കും. പിന്നെയാ കിടപ്പ് പിറ്റേന്ന് നേരം പുലരുന്നതു വരെ തുടരുമെന്ന് അറിയാവുന്നതു കൊണ്ട് അന്നത്തെ ദിവസം സാറ വീട്ടിലേക്ക് മടങ്ങാറില്ല. എന്തുകൊണ്ടോ അന്നത്തെ ദിവസം അന്നാന്റിയെ തനിച്ചാക്കാൻ സാറയ്ക്ക് തോന്നാറില്ല. പിറ്റേദിവസം കേക്കും വൈനും സാറയുടെ വീട്ടിലേക്ക് കൊടുത്തു വിടും. ഒരിക്കൽ പോലും അതൊന്നും അന്നാന്റി രുചിച്ചു പോലും നോക്കിയില്ല.

അന്നാന്റിയുടെ വിചിത്രമായ ഈ രീതികൾ കാണുമ്പോൾ ഒരായിരം ചോദ്യങ്ങൾ സാറയുടെ ഉള്ളിൽ കിടന്ന് ഞെളിപിരി കൊള്ളാറുണ്ട്. പക്ഷേ ആ ചോദ്യങ്ങൾ എല്ലാം ഒരൊറ്റ നോട്ടം കൊണ്ട് അന്നാന്റിയുടെ നീലക്കണ്ണുകൾ കരിച്ചു കളയും. എങ്കിലും സാറയ്ക്ക് അവരെ ജീവനായിരുന്നു. വീട്ടു വേലക്കാരിയായിട്ടല്ല; മകളെപ്പോലെ തന്നെയായിരുന്നു അവർ സാറയെ കണ്ടിരുന്നത്. അവളുടെ കുട്ടികളുടെ കാര്യങ്ങൾ അവളേക്കാൾ നന്നായി അറിയാമായിരുന്നത് അന്നാന്റിക്കായിരുന്നു.അവരുടെ സ്കൂൾ

ഫീസ് അടയ്ക്കുന്ന തീയതിയും പരീക്ഷയിൽ അവർക്ക് കിട്ടുന്ന മാർക്കും സാറ അറിഞ്ഞില്ലെങ്കിലും അന്നാന്റി അറിഞ്ഞിരുന്നു.

വർഷങ്ങൾ കഴിയുന്തോറും അന്നാന്റിയുടെ കാത്തിരിപ്പ് സാറയിലേക്കും സംക്രമിച്ചു. ആ കാത്തിരിപ്പ് അന്നാന്റിയുടെയും കണ്ണാടിപ്പാത്രങ്ങളുടെയും എന്നതുപോലെ സാറയുടേയും ജീവിതത്തിന്റെ തന്നെ ഭാഗമായി മാറി.

ആ ക്രിസ്തുമസ് കാലത്തും അവർ കണ്ണാടി പാത്രങ്ങൾ തുടച്ചു മിനുക്കി. പുതിയ മേശവിരിപ്പ് വിരിച്ചു. കേക്കും വൈനും തയ്യാറാക്കി. അന്നു പക്ഷേ അന്നാന്റി പുറത്തെ സിമന്റു ബഞ്ചിലേക്ക് പോയില്ല. പകരം ജനൽ പാളി തുറന്ന് ദൂരെ പൈൻമരക്കാടുകൾ മൂടൽ മഞ്ഞിനിടയിലൂടെ തെളിഞ്ഞു വരുന്നതും കാത്തിരുന്നു. ഇടയ്ക്ക് തെളിയുന്ന പൈൻ മരങ്ങളുടെ വിദൂര ദൃശ്യം അവരുടെ കണ്ണുകളെ ഈറനണിയിക്കുന്നത് സാറ കണ്ടു. ഇത്രയും വർഷങ്ങൾക്കിടയിൽ അന്നാന്റി ഒരിക്കൽപോലും കരയുന്നത് സാറ കണ്ടിട്ടില്ല. അതുകൊണ്ടുതന്നെ പതിവു തെറ്റിയുള്ള അവരുടെ ഓരോ പ്രവൃത്തിയും സാറയിൽ പരിഭ്രമമുണ്ടാക്കി. അന്ന് ഭക്ഷണം കഴിക്കാതെ സാറയും അന്നയ്ക്ക് കൂട്ടിരുന്നു. അന്നാദ്യമായി അന്ന മാർഗരറ്റ് കേക്ക് മുറിച്ചു. വൈൻ കുടിച്ചു. സാറയേയും വൈൻ കുടിപ്പിച്ചു. വൈകുന്നേരം അവളേയും കൂട്ടി മൊട്ടക്കുന്നുകൾക്കു മുകളിലൂടെ നടന്നു. നേരം ഇരുളുന്നതു വരെ കുന്നിൻപുറത്തിരുന്നു. പിന്നെ തിരിച്ച് ബംഗ്ലാവിലെ കിടപ്പുമുറിയിലേക്ക് നടക്കുമ്പോൾ അവരുടെ കാലുകൾ വേച്ചു.

പിറ്റേന്നു രാവിലെ മലമടക്കുകളിൽ മൂടൽമഞ്ഞ് പരക്കുന്നത് കാണാൻ അന്നാന്റി ഉണർന്നില്ല. സാറയുടെ നിലവിളി കോഫി പാത്രത്തോടൊപ്പം ഉടഞ്ഞു ചിതറുമ്പോൾ ഒരിക്കലും വരാത്ത ഒരു അതിഥിക്കുവേണ്ടി ചില്ലലമാരയിൽ കണ്ണാടിപ്പാത്രങ്ങൾ അപ്പോഴും തിളങ്ങിക്കൊണ്ടിരുന്നു.

12. രാധേയം

മുട്ടറ്റം വളർന്നു നിൽക്കുന്ന ആറ്റുദർഭകൾ വകഞ്ഞുമാറ്റി രാധ കാളിന്ദീതീരത്ത് നിന്നു. ഇരുട്ടിൽ കാളിന്ദി ഒരു കൂറ്റൻ കാള സർപ്പത്തെപ്പോലെ നീണ്ടു നിവർന്നു കിടന്നു. അവൾക്കു ചുറ്റും നീലക്കടമ്പിന്റെ പൂക്കൾ കൊഴിഞ്ഞു കിടന്നിരുന്നു. ഈ വൃന്ദാവനത്തിന്റെ ഉൾത്തടങ്ങളിലെവിടെയോ തന്റെ ആത്മാവ് കുരുങ്ങിക്കിടക്കുകയാണെന്ന് അവൾ അറിഞ്ഞു. വൃന്ദാവനത്തിന്റെ വനാന്തർഭാഗത്ത് അനാഥമായി അലഞ്ഞു നടക്കുന്ന തന്റെ ആത്മാവിനെ കണ്ട് അവൾക്ക് കരച്ചിൽ വന്നു.

അകലെയെവിടെയോ നിന്ന് ഇണയെ നഷ്ടപ്പെട്ട ഒരു ചക്രവാകപക്ഷിയുടെ രോദനം രാധയുടെ കാതുകളെ പൊള്ളിച്ചു. അവൾ തന്റെ തളർന്ന ഉടൽ കടമ്പുമരത്തിന്റെ തായ്ത്തടിയിലേക്ക് ചായ്ച്ചു.

അവന്റെ സ്പർശനമേറ്റ് പൂത്ത കടമ്പുമരത്തിൽ വെറുതേ വിരലോടിക്കുമ്പോൾ എവിടെയോ അവന്റെ സാമീപ്യം തന്റെ ഹൃദയത്തെ തരളിതമാക്കുന്നത് അവൾ അറിഞ്ഞു. നിറഞ്ഞു

തുളുമ്പിയ കണ്ണുനീർ കടമ്പുമരത്തിനുമേൽ പൊള്ളുന്ന
ഹിമകണമായ് വീണു. തന്റെ നിറഞ്ഞ കണ്ണുകൾ കണ്ണന്റെ
മടങ്ങിവരവിനെ തടയുമോയെന്ന് ഭയന്ന് അവൾ പെട്ടെന്ന് തന്റെ
കണ്ണുകൾ മുറുക്കെ തുടച്ചു.

കടമ്പ് വൃക്ഷത്തിനു മുകളിൽ തലകീഴായി തൂങ്ങിക്കിടന്ന് തന്നെ
തുറിച്ചുനോക്കുന്ന ഒരു കടവാവലിനെ കണ്ട് അവൾക്ക് ഭയം
തോന്നി. കറുത്ത ചിറകുകളുമായി അത് തന്റെ നേർക്ക്
പറന്നടുക്കുമോയെന്നും അവൾ ഭയന്നു. കണ്ണുകൾ പൊത്തി
മണ്ണിലേക്കിരുന്നപ്പോൾ ക്ഷീണം മനസ്സിനായിരുന്നു.
അവനടുത്തുണ്ടെന്നു കരുതി കൈനീട്ടിയപ്പോൾ കയ്യിൽ തടഞ്ഞ
ശൂന്യത കണ്ട് വീണ്ടും അവളുടെ കണ്ണുകൾ തുളുമ്പി. ഉയർന്നു വന്ന
ഒരു കരച്ചിൽ അവൾ തൊണ്ടക്കുഴിയിൽ തടഞ്ഞുവച്ചു.

അകലെയെവിടെയോ സമയം മറന്ന ഒരു പക്ഷി ഉറക്കെ കരഞ്ഞു.
താഴെ വീണു കിടക്കുന്ന കടമ്പിൻപൂക്കൾ പെറുക്കി അവൾ
കാളിന്ദിയിലേക്കെറിഞ്ഞു. മങ്ങിയ നിലാവെളിച്ചത്തിൽ അവ
അൽപ്പനേരം നക്ഷത്രങ്ങളെപ്പോലെ തെളിഞ്ഞുനിന്നു.
പിന്നെയെങ്ങോട്ടോ ഒഴുകിപ്പോയി.

ദൂരെ കാളിയന്റെ വിഷമേറ്റ് കരിഞ്ഞുപോയ കടമ്പുകൾ തളിർക്കാൻ
തുടങ്ങിയിരിക്കുന്നു. വീണ്ടുമവ തഴച്ചുവളർന്നു തുടങ്ങുമ്പോഴേക്കും
വർഷം വരും. പക്ഷേ അവൻ..?

അടുത്ത തവണ മാനം കണ്ണീർ വാർക്കുമ്പോൾ, ഭൂമിയുടെ
ഇടനെഞ്ച് പൊട്ടുമ്പോൾ, കടമ്പു മരങ്ങൾ തഴച്ചു വളരുമ്പോൾ;
നെഞ്ചിൽ തേങ്ങലും കണ്ണിൽ കനവുകളുമായി ഈ കാളിന്ദീ
തീരത്ത് താൻ കാത്തിരിക്കുമ്പോൾ അവൻ വരുമോ? ഒരു നേർത്ത
തലോടലായി.. അടക്കിപ്പിടിക്കുന്ന ഒരു സാന്ത്വനമായി... അവൻ..
അവൻ വരും! വരാതിരിക്കാൻ കഴിയില്ലല്ലോ അവന്! ഇവിടെ
ആത്മാവിൽ പ്രണയവും മിഴികളിൽ സ്വപ്നങ്ങളുമായി
താനുള്ളപ്പോൾ വരാതിരിക്കാൻ കഴിയില്ലല്ലോ!

രാധയോളം പ്രണയം കണ്ണന് നൽകാൻ മറ്റാർക്കും
കഴിഞ്ഞിട്ടില്ലെന്ന് വൃന്ദാവനവാസികൾ ഒന്നടങ്കം പറയുന്നു.

തനിക്കുമതറിയാം. കണ്ണനെ പ്രണയിക്കാൻ ഈ രാധയ്ക്കു മാത്രമേ കഴിയൂ. എന്നിട്ടും എന്തിനാണ് കണ്ണാ?

ഇവിടെ ഈ കാളിന്ദീതീരത്തും കടമ്പു മരച്ചുവടുകളിലും ആറ്റുദർഭകൾക്കിടയിലും നിന്നെ മാത്രം തിരഞ്ഞു നടക്കുന്ന രാധയെ നീ മറന്നതെന്തിന്? ഇവിടെ ഈയിരുളിൽ ഞാൻ തനിച്ചാണെന്ന് നീ ഓർക്കാത്തതെന്ത്? നിനക്കറിയുമോ, നീ പോയതോടെ എന്റെ രാവുകളും പകലുകളും നിറംകെട്ട് വികൃതമായി. നക്ഷത്രങ്ങൾ തിളക്കമില്ലാതെ ഇരുണ്ടുപോയി. പൂവുകൾക്ക് സുഗന്ധം നഷ്ടമായി. ഓരോ ദിവസവും നിന്റെ നടവഴികളിലും നിഴൽത്തണലുകളിലും ഞാനും എന്റെ പ്രണയവും നിന്നെ തിരഞ്ഞു. നീയിതൊന്നും അറിയുന്നില്ലേ? അതോ അറിയുന്നില്ലെന്നു നടിക്കുന്നതോ?

നിന്നോടുള്ള എന്റെ പ്രണയം ഭാഷയ്ക്കതീതമാണ്. അതുകൊണ്ടുതന്നെ മധുരവാക്കുകൾ പറഞ്ഞ് എനിക്ക് നിന്നെ എന്നിൽ മാത്രം തളച്ചിടാൻ കഴിയാതെ വരുന്നു. എങ്കിലും എന്റെ ഹൃദയത്തിന്റെ ഓരോ സ്പന്ദനവും നിന്നോട് എന്റെ സ് നേഹത്തെക്കുറിച്ച് പറയുന്നത് നീ കേൾക്കുന്നില്ലേ? ഈ കാളിന്ദിപോലെ അത് നിന്നിലേക്കൊഴുകിയെത്തുന്നത് നീ അറിയുന്നില്ലെന്നോ..?

കയ്യിലെ മയിൽപ്പീലിത്തുണ്ടിലേക്ക് അറിയാതെ അവളുടെ നോട്ടം ഇടറിവീണു. ഇപ്പോൾ അവനെന്തെടുക്കുകയാവും? ദ്വാരകാപുരിയിലെ സുഖലോലുപതയിലും രാജപദവികളിലും മുഴുകി കഴിയുമ്പോൾ ഇരുട്ടിൽ, നനഞ്ഞ മണ്ണിൽ കിടന്ന് അവനെ മാത്രം സ്വപ്നം കാണുന്ന രാധയെ എങ്ങനെ ഓർമ്മവരും?

സ്നേഹശൂന്യതയുടെ ഒരു വിജനതയാണ് ചുറ്റിലും. ഇവിടെ തനിച്ചാകുമ്പോൾ എന്റെ സ്വപ്നങ്ങൾ കാലത്തിന്റെ അഗാധതയിലെവിടെയോ നഷ്ടപ്പെടുന്നു. അതുകൊണ്ടാവാം ഇരുളിന്റെ പുകമറയ്ക്കപ്പുറം തുറിച്ചു നോക്കുന്ന കാലത്തിനെ ഇപ്പോൾ ഭയമാണ്. കാത്തിരിപ്പുകൾ വിഫലമാക്കാൻ ആ കാലം എന്തെങ്കിലും കാത്തു വച്ചിട്ടുണ്ടാകുമോയെന്ന ഭയം..!

അവൾ കണ്ണുകൾ ഇറുക്കിയടച്ചു. കരിന്തിരി കത്തുന്ന നെയ് വിളക്കുകളും കൈയ്യിൽ വാളേന്തിയ കരാള രൂപങ്ങളും അവളുടെ ദുഃസ്വപ്നങ്ങളിൽ കടന്നു വന്നു. ദുഃസ്വപ്നങ്ങളിൽ നിന്ന് ഞെട്ടിയുണരുമ്പോൾ അവന്റെ കൈകളുടെ സുരക്ഷിതത്വം നഷ്ടപ്പെട്ടതറിഞ്ഞ് വീണ്ടും അവൾക്ക് കരച്ചിൽ വന്നു.

എങ്കിലും ആ നിമിഷത്തിലും അവളറിഞ്ഞു. ഈ നനുത്ത രാത്രിയിൽ തന്റെ ഹൃദയത്തെ തഴുകുന്ന കാറ്റിന്റെ സ്നേഹത്തിന് അവന്റെ ഛായ തന്നെയാണ്.

ഇതാ ഞാൻ.. ഈ ഇരുണ്ട വൃന്ദാവനത്തിൽ നിനക്കുവേണ്ടി മാത്രം കാത്തിരിക്കുന്ന രാധ... വർഷവും വസന്തവും നിനക്കുവേണ്ടി ഹൃദയത്തിൽ സൂക്ഷിച്ച് ഈ കാളിന്ദീ തീരത്ത് ഞാനുണ്ടാകും.. എന്നും...!

കണ്ണീർ വീണ് കുതിർന്ന മയിൽപ്പീലി നെഞ്ചോട് ചേർത്ത് നനഞ്ഞ മണ്ണിൽ മുഖമമർത്തി അവൾ കിടന്നു. അവന്റെ കാലൊച്ചകൾക്ക് വേണ്ടി കാതോർത്ത്...!

കണ്ണുകൾ വിൽക്കാനുണ്ട്

"എയ്.. ഒന്നു നിൽക്കണേ..."

ഉം? എന്താണ്?

"രണ്ടു കണ്ണുകൾ വിൽക്കാനുണ്ട്. പക്ഷേ ആരും വാങ്ങുന്നില്ല. നിങ്ങൾക്ക് ആവശ്യമുണ്ടോ?

"എന്തിനാണ് ഇപ്പോൾ നിങ്ങളിവ വിൽക്കുന്നത്?"

"ആവശ്യക്കാരൻ വിൽപന വസ്തുവിന്റെ ഗുണങ്ങൾ മാത്രം അറിഞ്ഞാൽ മതി. വില്പനക്കാരന്റെ ആവലാതികൾക്ക് ഇവിടെന്തു പ്രസക്തി?"

"അറിയാം, ക്ഷമിക്കണം. എങ്കിലും ചോദിച്ചോട്ടെ, ഈ കണ്ണുകൾ നിങ്ങളുടെ സ്വന്തമാണോ?"

"സ്വന്തമെന്ന പദത്തിന് അത്രയ്ക്ക് അർത്ഥവ്യാപ്തിയൊന്നും ഇല്ല സുഹൃത്തെ, എങ്കിലും പറയാം. ആദ്യം ഇതൊരു വാല്മീകിയുടേതായിരുന്നു. പിന്നീട് ഇതൊരു നിരൂപകന്റേതായി, അതിനു ശേഷം ഒരു വൈദികന്റെ, ഞാനിത് വാങ്ങിയത് ഒരു രാഷ്ട്രീയക്കാരനിൽ നിന്നാണ്."

"അപ്പോൾ നിങ്ങളാരാണ്?"

"ഒരു കവി"

"അറിയാനുള്ള അവകാശമില്ലെങ്കിലും പറയൂ, നിങ്ങൾ ഇതെന്തിനാണ് വിൽക്കുന്നത്?"

"കാണേണ്ടതെല്ലാം കണ്ടു കഴിഞ്ഞാൽ പിന്നെ കണ്ണുകൾ കൊണ്ട് എന്ത് പ്രയോജനം സുഹൃത്തെ?"

"അതു ശരി തന്നെ"

"അതിരിക്കട്ടെ നിങ്ങൾക്കിത് ആവശ്യമുണ്ടോ?"

"അയ്യോ വേണ്ട! ഉള്ള കണ്ണുതന്നെ അടച്ചു പിടിച്ചാണ് ഞാൻ നടക്കുന്നത്. ഇവിടിപ്പോൾ കാണാൻ പാടില്ലാത്ത കാഴ്ചകളാണല്ലോ ചുറ്റും."

"നിങ്ങൾക്കതിനെങ്കിലും കഴിയും, ഭാഗ്യവാൻ! എനിക്ക് പക്ഷേ ഈ കണ്ണുകൾ അടയ്ക്കാൻ കഴിയുന്നില്ല. എത്ര ശ്രമിച്ചിട്ടും."

"എങ്കിൽ നിങ്ങൾ മറ്റാരോടെങ്കിലും ചോദിച്ചുനോക്കൂ. എനിക്കൽപ്പം ധൃതിയുണ്ട്"

അങ്ങനെ അറുപതാമത്തെ ആളും നടന്നകന്നു. തിരക്കിട്ടോടുന്ന ജനങ്ങൾക്കിടയിൽ രണ്ടു കണ്ണുകൾക്കുള്ള ആവശ്യക്കാർ ആരും ഉണ്ടായിരുന്നില്ല. ചോദിച്ചവരെല്ലാം പറഞ്ഞു.

"ഡിജിറ്റൽ യുഗം വന്നു കഴിഞ്ഞു. ഇനി കണ്ണുകൾ എന്തിന്?"

ഒടുവിലയാൾ തന്റെ കണ്ണുകൾ ചൂഴ്ന്നെടുത്ത് തെരുവിലെ ചവറ്റുകൂനയിലേക്കെറിഞ്ഞു.

13. പരാജിതൻ

കാൽമുട്ടുകൾക്ക് മുകളിൽ മുഖം ചേർത്ത് സീത കരഞ്ഞു.

സീതയ്ക്ക് ചുറ്റും കാക്കകളും കഴുകൻമാരും
അലറിക്കരഞ്ഞുകൊണ്ടിരുന്നു. അവയുടെ കൊക്കുകൾക്കിടയിൽ
നിന്ന് മനുഷ്യരക്തം ഇറ്റുവീണു. സീത മുഖമുയർത്തി. ദൂരെ മണ്
ഡോദരി കടലിൽ മുങ്ങി നിവർന്ന് ബലിപിണ്ഡത്തിനു വലം വച്ചു.
രാമന്റെ വാക്കുകൾ സീതയുടെ ചെവിയിൽ കുപ്പിച്ചില്ലായി
തറഞ്ഞിരിക്കുന്നു.

"മുങ്ങിക്കുളിച്ച് ഈറൻ തോർത്താതെ എന്റെ മുമ്പിൽ വരിക"

ഇല്ല! മുങ്ങിക്കുളിക്കുവാൻ എന്റെ മേൽ യാതൊരു ചെളിയും
പുരണ്ടിട്ടില്ല.

വിഭീഷണൻ വീണ്ടും മുമ്പിലെത്തി. രാമനോടുള്ള കോപം
തീക്ഷ്ണമായ നോട്ടമായി വിഭീഷണന്റെ മേൽ പതിഞ്ഞു. അയാൾ
ചൂളി വിറച്ചു.

"ആർക്ക് ബലിയിടാനാണ് ഞാൻ മുങ്ങിക്കുളിച്ച് വരേണ്ടതെന്ന് ചോദിക്കൂ. രാമനോട്..!

ഒരു നിമിഷം മടിച്ചു നിന്ന് വിഭീഷണൻ നടന്നു മറഞ്ഞു.

മനസ്സിലാകുന്നു. എനിക്കെല്ലാം മനസ്സിലാകുന്നു. രാമന് ഞാനിന്നൊരധികപ്പറ്റായിരിക്കുന്നു.

മണ്ഡോദരിയുടെ ദീനവിലാപം ഓർമ്മ വന്നു. 'രാക്ഷസ രാജാവാണ് ഭർത്താവ്; രാക്ഷസേശ്വരനാണ് അച്ഛൻ; ഇന്ദ്രനെ ജയിച്ചവനാണ് മകൻ... എന്നെല്ലാം ഞാൻ അഹങ്കരിച്ചിരുന്നു. അതെല്ലാം അവസാനിച്ചു. ലങ്കയുടെ മണ്ണിൽ ഇനിയെന്നും അനാഥയായി അലയാൻ എന്റെ ജന്മം ബാക്കി വച്ചതെന്തിന്?'

'ഞാനും അഹങ്കരിച്ചിരുന്നു മണ്ഡോദരീ, രാമനാണ് ലോകൈക വിജയിയെന്ന് കരുതി.. പക്ഷേ ഇന്നു ഞാൻ ലജ്ജിക്കുന്നു. രാമൻ എന്റെ ഭർത്താവായതിനാൽ. ഇതാ ലങ്കയിൽ ഞാനും അനാഥയായിരിക്കുന്നു!'

വിഭീഷണൻ മടങ്ങി വരുന്നു.

"ദേവി അനുസരിക്കാൻ കനിവുണ്ടാകണം"

വിഭീഷണന്റെ ദയനീയ മുഖം പക്ഷേ സീതയിൽ അലിവുണർത്തിയില്ല. അവൾ എഴുന്നേറ്റ് വിഭീഷണന്റെ മുൻപിൽ നടന്നു.

എനിക്കറിയാം മുങ്ങിക്കുളിച്ചാലും രാമന്റെ വാക്കുകൾ എന്നെ അശുദ്ധയാക്കും. എത്ര മുങ്ങിയാലും വൃത്തിയാകാത്ത വിധം! അവന്റെ മുഖത്തു നിന്നും വരുന്ന പരുഷവാക്കുകൾ കേൾക്കുവാനാണീ യാത്ര. അതിന് സർവ്വാഭരണവിഭൂഷിതയാകണമെന്നില്ല.

യുദ്ധം അവസാനിച്ചിട്ട് ഒരു പകലും രാവും കഴിഞ്ഞിരിക്കുന്നു. വിരഹ വേദനയിൽ വേപഥു പൂണ്ട്, തന്നെ മാറോടണയ്ക്കുവാൻ രാമൻ ഓടിയെത്തുമെന്ന് പ്രതീക്ഷിച്ച് കാത്തിരുന്ന തനിക്ക് അശോകവനത്തിലെ നീണ്ട കാത്തിരിപ്പിന് ലഭിക്കാൻ പോകുന്ന

സമ്മാനം എന്തായിരിക്കുമെന്ന് ഇപ്പോൾ ഊഹിക്കാൻ കഴിയും. തനിക്ക് പല്ലക്ക് നിഷേധിച്ചുകൊണ്ട് നടന്നു വരുവാൻ രാമൻ ആവശ്യപ്പെട്ടതിൽ നിന്നു തന്നെ രാമന്റെ മനസ്സ് സീത വായിച്ചു കഴിഞ്ഞു. സ്വപത്നിയെ തീരെ വിലവയ്ക്കാത്ത ഒരുവന്റെ ഘോരമായ കല്പന കേട്ട് ലങ്ക തന്നെ വിളറി നിൽക്കുകയാവും ഇപ്പോൾ.

കൂട്ടം കൂടി നിന്ന ജനങ്ങളെ വകഞ്ഞുമാറ്റി സീത തലയുയർത്തിപ്പിടിച്ച് വിജയിയുടെ മുമ്പിൽ നിന്നു.

സീതയെ കണ്ട രാമന്റെ കണ്ണുകൾ ചെറുതായി. നെറ്റി ചുളിഞ്ഞു. മുഖത്ത് കോപം ഇരച്ചു കയറി.

"മഹിതേ, ഒരു മനുഷ്യൻ തനിക്കു നേരിട്ട അപമാനത്തെ തുടച്ചുമാറ്റാൻ എന്താണോ ചെയ്യേണ്ടത് ആ കാര്യം രാവണനെ വധിച്ചുകൊണ്ട് ഞാൻ സാധിച്ചുകഴിഞ്ഞു. എന്നാൽ ജാനകീ, ഈ മഹാകാര്യം നിനക്കുവേണ്ടി ചെയ്തതല്ല എന്നു നീ മനസ്സിലാക്കൂ. എന്റെ കുലത്തിനു നേരിട്ട ദുഷ്കീർത്തി നീക്കാനും രാജനീതി പാലിക്കാനുമാണ് ഞാനീ ചെയ്തതെല്ലാം. നിന്റെ ചാരിത്ര്യം സംശയകരമാണ്. മറ്റൊരുവന്റെ വസതിയിൽ ഏറെ നാൾ വസിച്ച നിന്നെ ഏതു മാന്യനാണ് സ്വീകരിക്കുക. നേത്രരോഗിക്ക് ദീപം പോലെ നീയിന്ന് എനിക്ക് അഹിതയായിരിക്കുന്നു. അതുകൊണ്ട് മൈഥിലീ, നിനക്ക് എങ്ങോട്ടു വേണമെങ്കിലും പോകാം. പത്തു ദിക്കിലും നിന്നെക്കൊണ്ട് ഇനി കാര്യമില്ല. എനിക്കു നിന്നിൽ യാതൊരു ആസക്തിയുമില്ല. യഥേഷ്ടം എന്നെ വിട്ട് ആരുടെ കൂടെ വേണമെങ്കിലും പോകാം. ഭരതന്റെ, ലക്ഷ്മണന്റെ, ശത്രുഘ്നന്റെ, സുഗ്രീവന്റെ, വിഭീഷണന്റെ ആരുടെ കൂടെ വേണമെങ്കിലും.

'നിർത്തൂ..!'

ലജ്ജ കൊണ്ട് സ്വശരീരത്തിൽ ഒളിച്ച സീത ആക്രോശിച്ചു.

"ജ്യേഷ്ഠ പത്നി മാതാവിനു തുല്യയാണെന്ന് ഭരതനും, ലക്ഷ്മണനും, ശത്രുഘ്നനും അറിയാം. ഒരു പക്ഷേ രാമന് മണ്ഡോദരിയോട് തോന്നുന്ന വികാരം സുഗ്രീവനും വിഭീഷണനും സീതയോട് തോന്നണമെന്നില്ല. പിന്നെ എന്റെ ചാരിത്ര്യം! സീത

പരിശുദ്ധയാണെന്ന് ലങ്കയിലെ ഓരോ പുൽക്കൊടിക്കുപോലുമറിയാം. രാവണൻ എന്നെ സ്പർശിച്ചത് എന്റെ ആഗ്രഹത്താലല്ല. എന്റെ അബലത്വം കൊണ്ടുമാത്രമാണ്. രാമനോട് പ്രതികാരം ചെയ്യുവാനുള്ള വെറുമൊരു ആയുധം മാത്രമായിരുന്നു രാവണന് സീത. സഹോദരീ സ്നേഹം കൊണ്ട് അന്ധനായിപ്പോയ രാവണൻ പക്ഷേ നിങ്ങളേക്കാൾ എത്രയോ ഭേദം.!"

കടലിൽ മുങ്ങി നിവരുന്ന മണ്ഡോദരിയെ നോക്കി നിന്നുകൊണ്ട് സീത തുടർന്നു.

"രാവണന്റെ അന്തഃപുരത്തിൽ സുന്ദരികളായ സ്ത്രീകളുടെ എണ്ണം കൂടുതലാണെന്ന് കേട്ടിട്ടുണ്ട്"

"അപ്പോൾ രാമന് സീത ഒരധികപ്പറ്റായിട്ടുണ്ടാവും. പക്ഷേ ജനകപുത്രി തന്റെ അഭിമാനം പണയപ്പെടുത്താറില്ല. ഹീനനായ ഒരുവൻ വേശ്യയോട് സംസാരിക്കുന്നതു പോലെയുള്ള വാക്കുകൾ രാമാ, അങ്ങയുടെ വിജയത്തിന് ഒരപവാദമാകുമെന്നോർക്കുക."

രാമന്റെ നാവുവരണ്ടു. കാലുകൾ തളർന്നു. അമ്പരപ്പോടെ രാമൻ ലക്ഷ്മണന്റെ തോളിൽ മുറുകെ പിടിച്ചു. തന്റെ പരുഷ വാക്കുകൾക്കു മുമ്പിൽ തലതാഴ്ത്തി നിൽക്കുന്ന സീതയെ കാണുവാനായാരുന്നു രാമൻ കൊതിച്ചത്. പക്ഷേ സീതയുടെ കണ്ണിൽ അഗ്നി ആളി. ആ അഗ്നിയിലേക്ക് നോക്കാനാവാതെ രാമൻ പതുക്കെ മന്ത്രിച്ചു.

"വൈദേഹീ.. ജനാപവാദം?"

"ജനാപവാദമോ? ബാല്യത്തിൽ തന്നെ കൂടെ കൂട്ടിയ സീതയെ അങ്ങേക്കറിയില്ലെങ്കിൽ പിന്നെ ജനങ്ങൾ എങ്ങനെ അറിയും? ലോകൈക വിജയിയായ രാമന് ജനങ്ങളെ ഭയമാണെന്നോ? വെറുംവാക്ക് പുലമ്പാതിരിക്കൂ... നിങ്ങൾ ഒരു ഭർത്താവ് കൂടിയാണെന്ന കാര്യം സൗകര്യപൂർവ്വം മറന്നു കളയുന്നു. അങ്ങയുടെ ഭാര്യയായതിൽ ഞാനിപ്പോൾ ലജ്ജിക്കുന്നു. രാമാ, എന്റെയുള്ളിൽ നിങ്ങളീ നിമിഷം മരിച്ചു വീണിരിക്കുന്നു. ഞാനിപ്പോൾ വിധവയാണ്."

കത്തുന്ന കണ്ണുകളോടെ സീത ലക്ഷ്മണന്റെ നേർക്കു തിരിഞ്ഞു.

"ലക്ഷ്മണാ എനിക്കുവേണ്ടി ചിതയൊരുക്കൂ..
അപമാനിക്കപ്പെട്ടവളായി സീത ഈ ഭൂമിയിൽ ഇനി ജീവിക്കില്ല.
ചാരിത്ര്യത്തിനു സംശയം നേരിട്ടവളായി സീത നിങ്ങൾക്കു മുമ്പിൽ
ഇനി നിൽക്കില്ല...!"

കാലിൽ തറഞ്ഞ ഒരു ശംഖ് പിഴുതെടുത്ത്
കടലിലേക്കെറിഞ്ഞുകൊണ്ട് സീത തുടർന്നു.

"സ്ത്രീ പീഢനം ബ്രഹ്മഹത്യയ്ക്കു തുല്യമാണെന്നല്ലേ ആചാര്യന്മാർ
നിങ്ങളെ പഠിപ്പിച്ചത്? അതോ കാട്ടിലെത്തിയപ്പോൾ നാട്ടിലെ
നിയമങ്ങൾ ബോധപൂർവ്വം വിസ്മരിച്ചതോ? സ്ത്രീത്വത്തിന്റെ
വേരറുക്കുന്നതോ ആര്യകുലത്തിന്റെ വിനോദം?"

ലക്ഷ്മണന്റെ ശിരസ്സ് അറിയാതെ താണു. അങ്ങു ദൂരെ
കാട്ടിലൊരിടത്ത് ശൂർപ്പണഖ പൊട്ടിച്ചിരിച്ചു.

"അവളാണ് പെണ്ണ്. ഒരിക്കൽ ഞാൻ ചോദിക്കേണ്ടതെല്ലാം
സീതയിപ്പോൾ എണ്ണിയെണ്ണി ചോദിക്കുന്നു. ശിരസ്സുതാണു
നിൽക്കുന്ന രാമലക്ഷ്മണൻമാരുടെ വിളറിയ മുഖം കാണാൻ
എനിക്ക് കൊതിയാവുന്നു. അയോമുഖീ.."

സീതയുടെ ശബ്ദം വീണ്ടുമുയർന്നു.

"അഗ്നിപ്രവേശം ചെയ്താൽ ഒരു പൊറലുപോലും അഗ്നി എന്നിൽ
ഏൽപ്പിക്കില്ല. അഗ്നിയേക്കാൾ പൊള്ളുന്ന ജീവിതമാണ് ഞാൻ
ലങ്കയിൽ ജീവിച്ചു തീർത്തത്. പക്ഷേ രാമാ, എത്ര അഗ്നിശുദ്ധി
കഴിഞ്ഞാലും നിങ്ങളുടെ സംശയത്തിന്റെ വാല്മീകം അടർന്നു
വീഴില്ല."

അകലെ കടൽക്കരയിൽ ചിത ആളിക്കത്തി. ചിതയേക്കാൾ ചൂടുള്ള
വാക്കുകൾ രാമന്റെ മുഖത്തടിച്ചു.

"ഞാൻ പോകുന്നു. കുറച്ചു മുൻപ് വരെ നിങ്ങൾ വിജയിയായിരുന്നു
എന്റെ മനസ്സിൽ... പക്ഷേ, ഇപ്പോൾ നിങ്ങൾ പരാജിതനാണ്.

ആര്യവംശത്തിന്റെ അവകാശികളെ മറന്നേക്കുക. അറിയാതെ
പോലും ഇനിയൊരിക്കലും സീതയെ ഓർമ്മിക്കരുത്...!"

സീത തിരിഞ്ഞു നടന്നു..

രാമൻ തളർന്ന് നിലത്തിരുന്നു. ബലിക്കാക്കകൾ കൂട്ടത്തോടെ
കടൽക്കരയിൽ പറന്നിറങ്ങി. കണ്ണീർ വറ്റിയ കണ്ണുകളോടെ മണ്ണ്
ഡോദരി കടലിലേക്ക് നോക്കിയിരുന്നു. കടലിന്
ചുവപ്പുനിറമായിരുന്നു.

ദൂരെ സീത അഗ്നിയേക്കാൾ ചൂടുള്ള പാതിവ്രത്യവുമായി
ചിതയിലേക്ക് കാലെടുത്തു വച്ചു.

14. നൂറ്റാണ്ടിനെ അതിജീവിച്ചവർ

മഴ പെയ്ത് നനഞ്ഞ കടൽക്കരയിലൂടെ അവർ കാലത്തിനിപ്പുറം
കടന്നു. നനഞ്ഞ പൂഴി അവരുടെ കാലടികളിൽ പറ്റിപ്പിടിച്ചിരുന്നു.
ആ മണൽത്തരികൾ കാലത്തിനപ്പുറത്തു നിന്നും
വന്നവയായിരുന്നു. നൂറ്റാണ്ടുകൾക്കിപ്പുറമുള്ള നനഞ്ഞ
കടൽക്കരയിൽ അവർ, ഇന്ദുലേഖയും രമണനും ഇരുന്നു.

"നിനക്ക് മടുപ്പുതോന്നുന്നില്ലേ?" ഇന്ദുലേഖ ചോദിച്ചു.

"എന്തിന്?"

"ഈ യാത്ര"

രമണൻ അകലെ കടലിലേക്ക് നോക്കി ഇരുന്നു. സൂര്യന്റെ പാതി
മാത്രമേ കാണാനുണ്ടായിരുന്നുള്ളു.

"അത് ഉദയമാണോ അതോ അസ്തമയമോ?"

രമണൻ ചോദിച്ചു.

"ഉദയവും അസ്തമയവും ഒന്നും തന്നെ രമണാ... രണ്ടും ഏതെങ്കിലും ഒന്നിന്റെ തുടക്കമാണ്. അല്ലെങ്കിൽ മറ്റൊന്നിന്റെ അവസാനം!" ഇന്ദുലേഖ ആകാശത്തേക്ക് മുഖമുയർത്തിക്കൊണ്ട് പറഞ്ഞു.

"നിനക്ക് എത്ര വയസ്സായി ഇന്ദുലേഖ?"

"ഒരു നൂറ്റാണ്ട് കഴിഞ്ഞു.. നിനക്ക് അത്രയുമായില്ല."

അവർക്കു മുകളിലൂടെ പുതിയ നൂറ്റാണ്ടിലെ കാക്കകളും കടൽപക്ഷികളും പറന്നു. നനഞ്ഞ കടലിലൂടെ ഒരു കപ്പൽ യാത്രയായി. സൂര്യൻ അസ്തമിക്കാനും ഉദിക്കാനുമാകാതെ വെറുതെ നിന്നു.

"നാം കാലത്തിനപ്പുറത്തു നിന്ന് വന്നവരാണ്." ഇന്ദുലേഖ പറഞ്ഞു.

"കാലം ഒരു ബിന്ദുവാണ്" രമണൻ. ഇന്ദുലേഖ പൊട്ടിച്ചിരിച്ചു. അവളുടെ ചിരിക്ക് തിരമാലകളേക്കാൾ മുഴക്കമായിരുന്നു.

"നിനക്ക് തെറ്റി..! കാലം ഒരു രേഖയാണ്. അതിലെ ബിന്ദുക്കൾ നമ്മുടെ ജീവിതമാണ്." അവൾ ഉറക്കെ പറഞ്ഞു.

"നീ ഒരു ഗണിത ശാസ്ത്രജ്ഞയെപ്പോലെ സംസാരിക്കുന്നു."

തലകുത്തി മറിയുന്ന തിരമാലകൾക്കു മുകളിലൂടെ നടന്നു വന്ന് അവൾ പറഞ്ഞു.

"നമ്മുടെയൊക്കെ ജീവിതം തന്നെ കണക്കുകൂട്ടലുകൾ അല്ലേ രമണാ.. കൂട്ടലും കിഴിക്കലും കഴിയുമ്പോൾ നേട്ടം നഷ്ടങ്ങൾ മാത്രം! നിന്റെ ജീവിതം തന്നെ നോക്കൂ..."

"എന്റെ ജീവിതം കണക്കുകൂട്ടലുകൾ നിറഞ്ഞതായിരുന്നില്ല. എന്റെ നേട്ടങ്ങൾ; അല്ല നഷ്ടങ്ങൾ എല്ലാം യാദൃശ്ചികമായിരുന്നു."

ഇന്ദുലേഖയ്ക്ക് വീണ്ടും ചിരി വന്നു. പക്ഷേ ഇത്തവണ രമണന്റെ മുഖഭാവം അവളെ അതിൽ നിന്ന് പിന്തിരിപ്പിച്ചു.

കടലിലേക്ക് തള്ളി നിൽക്കുന്ന വഴുവഴുപ്പുള്ള ഒരു പാറക്കെട്ടിനു മുകളിലേക്ക് കയറിക്കൊണ്ട് അവൾ പറഞ്ഞു.

"അല്ല രമണാ... നിന്റെ ജീവിതവും കണക്കുകൂട്ടലുകളിൽ നിന്നകലെയായിരുന്നില്ല. കണക്കുകൾ തെറ്റിയതുകൊണ്ടല്ലേ നീ ആത്മഹത്യ ചെയ്തത്?"

തിരമാലകൾക്കൊപ്പം വന്ന കടൽക്കകകൾ വാരിയെടുത്തുകൊണ്ട് രമണൻ പറഞ്ഞു.

"കഴിഞ്ഞതൊക്കെ കാലത്തിനപ്പുറം ഉപേക്ഷിച്ചാണ് ഞാൻ വന്നത്. അതൊന്നും ഓർമ്മിപ്പിക്കരുത്."

"ചന്ദ്രികയെ നീ ഓർക്കാറില്ലേ?"

"ഇല്ല എന്റെ മറവിയുടെ ഇരുട്ടുമൂടിയ മൂലയിലെവിടെയോ ഞാനവളെ തടവിലിട്ടു! ആട്ടെ, മാധവൻ?"

"ഒരു നൂറ്റാണ്ടിനെ അതിജീവിക്കാൻ മാത്രം മാധവന്റെ പ്രണയത്തിന് വളർച്ചയുണ്ടായിരുന്നില്ല."

"പ്രണയത്തെക്കുറിച്ച് ഇന്ദുലേഖയുടെ അഭിപ്രായമെന്താണ്?" ചുവന്ന കടലിലേക്ക് കകകളെ വലിച്ചെറിഞ്ഞുകൊണ്ട് രമണൻ ചോദിച്ചു.

"എനിക്ക് പ്രണയം അസ്വസ്ഥതയാണ്. നിനക്കോ?"

"പ്രണയം എന്നും എന്നിലുണർത്തിയത് ഭയമായിരുന്നു. ചന്ദ്രികയെ ഞാൻ ഭയന്നു. അവളുടെ സമ്പന്നമായ പ്രണയത്തെ ഞാൻ ഭയന്നു. ഒരു ആട്ടിടയനിൽ നിന്ന് ഞാനൊരിക്കലും ചന്ദ്രികയുടെ കാമുകനായി വളർന്നിരുന്നില്ല." രമണന്റെ മുഖം മ്ലാനമായി.

ഇത്തവണ ഇന്ദുലേഖയ്ക്ക് തോന്നിയത് സഹതാപമായിരുന്നു. നനഞ്ഞ പൂഴിയിൽ അവനരികെ ഇരുന്ന് അവൾ ചില സത്യങ്ങളെ തുറന്നു കാട്ടാൻ ശ്രമിച്ചു.

"രമണാ നീയൊരു ഭീരുവായിരുന്നു."

"ഭീരു..?"

"അതെ! ഭീരുവായതുകൊണ്ടല്ലേ നീ ആത്മഹത്യ ചെയ്തത്?
ചന്ദ്രികയെ മാത്രമല്ല; ജീവിതത്തെ നേരിടാനും നിനക്കെന്നും
ഭയമായിരുന്നു...!

"എനിക്കു ഭയം ജീവിതത്തെ ആയിരുന്നില്ല. സത്യങ്ങളെ ആയിരുന്നു.
എന്റെ മുമ്പിൽ ഗുഹപോലുള്ള വലിയ വാ പിളർന്നുനിൽക്കുന്ന
സത്യങ്ങളിൽ നിന്ന് രക്ഷപ്പെടാനായിരുന്നു ഞാൻ.. ഞാനത്
ചെയ്തത്!"

ഇന്ദുലേഖയ്ക്ക് വീണ്ടും ചിരിവന്നു.

"കൊള്ളാം! ഒരു ആട്ടിടയനിൽ നിന്ന് നീ ഒരുപാടു ദൂരം
പിന്നിട്ടുകഴിഞ്ഞു. നീ ഒരു കൊച്ചു ജീനിയസ്സിനെ പോലെ
സംസാരിക്കുന്നു. ഇനി ഞാൻ മറ്റൊരു സത്യം പറയട്ടെ?"

അകലെ വിമ്മിഷ്ടപ്പെട്ടു നിൽക്കുന്ന സൂര്യനു നേരെ മിഴികൾ നീട്ടി
രമണൻ വെറുതെ ഇരുന്നു. കടൽ ഞണ്ടുകൾ അവന്റെ കാലിനു
ചുറ്റും എന്തോ പരതി നടന്നു. കടലിൽ പറന്നു നടക്കുന്ന
കടൽപ്പക്ഷികളെനോക്കി ഇന്ദുലേഖ പറഞ്ഞു.

"അന്ന് നീ ആത്മഹത്യ ചെയ്തില്ലായിരുന്നുവെങ്കിൽ നിനക്ക് ഈ
നൂറ്റാണ്ടിലെത്താൻ കഴിയുമായിരുന്നില്ല. നിന്റെ ആത്മഹത്യ ആ
കാലത്തിന്റെ ഒരു ആവശ്യമായിരുന്നു."

വേദന മരവിച്ച ഓർമ്മകളിൽ തെരുപ്പിടിച്ച് കടലിലെ
തിരയെണ്ണിക്കൊണ്ട് അവൾ പിന്നെ പതുക്കെ മന്ത്രിച്ചു.

"സൂരി നമ്പൂതിരിപ്പാടിനെ സംബന്ധം ചെയ്തിരുന്നെങ്കിൽ ഞാനും
ഇവിടെ എത്തില്ലായിരുന്നു"

അവർക്ക് മേലേയ്ക്ക് പുതിയ കടൽക്കാറ്റ് വീശി. ഓർമ്മകളുടെ
ഉണങ്ങിയ വേരുകളിലൂടെ അവർ പതുക്കെ വിരലോടിച്ചു. രമണന്റെ
ഉള്ളിൽ ഒരു സമുദ്രം ആർത്തിരമ്പി. ഇന്ദുലേഖയുടെ ഉള്ളിൽ
കുഞ്ഞോളങ്ങൾ ഒഴുകിയെത്തി.

കടലിനു പുറത്തെ ലോകം വളരെ വലുതായിരുന്നു. ആളുകൾ പരസ്പരം തിരിച്ചറിയാനാകാതെ എങ്ങോട്ടോ ഓടിക്കൊണ്ടിരുന്നു.

"ആധുനികതയുടെ മുഖംമൂടിയണിഞ്ഞ ലോകം. ഈ ലോകത്തോട് എനിക്ക് സഹതാപം തോന്നുന്നു രമണാ.."

"എനിക്കെന്തോ ഈ ലോകത്തോട് പഴയതിലും ഭയം തോന്നുന്നു ഇന്ദുലേഖാ.."

രമണൻ പുറത്തെ ജനങ്ങളിലേക്ക് മുഖം തിരിക്കാതെ തന്റെ കാലുകളിലേക്ക് മാത്രം നോക്കി.

"പണ്ട് ആടുമേയ്ച്ചു നടന്ന ആ കാടുകൾ എനിക്കൊന്നു കൂടി കാണണമെന്നുണ്ട് ഇന്ദുലേഖാ"

അതുകേട്ട് ഇന്ദുലേഖ പൊട്ടിച്ചിരിച്ചു. ചിരിച്ച് ചിരിച്ച് വയറു വേദനിച്ച് അവൾ പൂഴിയിലേക്ക് വീണു.

"എന്റെ രമണാ.. നീ ആടുമേച്ച് നടന്ന ആ മലരണിക്കാടുകൾ ഇന്ന് കുട്ടികളുടെ പാഠപുസ്തകത്തിൽ മാത്രമേയുള്ളൂ. ഏതോ ഒരു അത്ഭുതലോകത്തെയെന്നവണ്ണം പുതിയ തലമുറ അതുകേട്ട് കണ്ണുകൾ മിഴിക്കുന്നു"

"അതെന്താ?"

"നീ കാണുന്നില്ലേ രമണാ, ചൂടിൽ നിന്ന് രക്ഷപ്പെടാൻ നെട്ടോട്ടം ഓടുന്ന ജനങ്ങളെ? പുതിയ പുതിയ കണ്ടെത്തലുകൾ നടത്തി പുതിയ നൂറ്റാണ്ട് പഴമയെ മുഴുവൻ ദഹിപ്പിച്ചുകളഞ്ഞു. നാമിപ്പോൾ നിൽക്കുന്നത് പഴമയുടെ ശവപ്പറമ്പിലാണ് രമണാ."

ദൂരെയൊരിടത്ത് രണ്ട് പേർ തലകുനിച്ചിരിക്കുന്നത് അവർ കണ്ടു.

"അതാ നോക്കൂ രണ്ട് പ്രണയിതാക്കൾ. പ്രണയത്തെ മാത്രം ദഹിപ്പിച്ചു കളയാൻ കഴിഞ്ഞിട്ടില്ലല്ലോ ആധുനികതയ്ക്ക്. ആശ്വാസം! അവരെന്താണ് പരസ്പരം നോക്കാതെ സ്വന്തം കൈകളിലേക്ക് മാത്രം കണ്ണുനട്ടിരിക്കുന്നത്?"

ഇന്ദുലേഖയ്ക്ക് രമണനോട് സഹതാപം തോന്നി. പാവം ആട്ടിടയൻ! പ്രണയിനിയുടെ കാതിൽ വേണുഗാനം മൂളി ശീലിച്ച ഇവന് ഇന്നത്തെ തലമുറയുടെ മൊബൈൽ ശീലങ്ങളെപ്പറ്റി മനസ്സിലാക്കാൻ കഴിയുമോ? യഥാർത്ഥ പ്രണയത്തിന്റെ ചിതാഭസ്മം എന്നേ ഈ കടലിൽ ഒഴുകിക്കഴിഞ്ഞു.

പെട്ടെന്നാണ് അവരുടെ അടുത്തേക്ക് കുറച്ചുപേർ കടന്നു വന്നത്. വന്നവർ അവരെ രൂക്ഷമായി നോക്കി. രമണൻ ഇന്ദുലേഖയുടെ പുറകിലേക്ക് മാറിനിന്നു. കാലത്തിനു നിരക്കാത്ത അവരുടെ വസ്ത്രധാരണ രീതി കണ്ട് വന്നവർ നെറ്റിചുളിച്ചു.

"ആരാ നിങ്ങൾ എന്താ ഇവിടെ പരിപാടി? ഇവിടെ ഇതൊന്നും നടക്കില്ല. ഞങ്ങള് സമ്മതിക്കില്ല" ഒരാൾ അലറി.

"ഞങ്ങൾ ഇന്ദുലേഖയും രമണനുമാണ്"

ഇന്ദുലേഖ പറഞ്ഞു.

"ഏത് ഇന്ദുലേഖ? ഏതു രമണൻ? വേഷം കെട്ടി ഇറങ്ങിയേക്കുവാ. അല്ലേ? വന്ന് വന്ന് ഫാൻസിഡ്രസ്സിലാണ് ഇപ്പോൾ ഇവരുടെയൊക്കെ ചുറ്റിക്കറക്കം. കൊള്ളാം...!"

ഇന്ദുലേഖയ്ക്ക് കോപം വന്നു.

"നിങ്ങൾ എന്തൊക്കെയാണ് പറയുന്നത് മിസ്റ്റർ? ഞങ്ങളെ നിങ്ങൾക്കറിയില്ലേ?"

"ഞങ്ങൾക്കറിയാൻ നിങ്ങളെന്താ ഫിലിംസ്റ്റാർസ് ആണോ?" ദേ, വേഷംകെട്ട് എടുക്കാതെ വേഗം പൊയ്ക്കോണം. പറഞ്ഞേക്കാം" ഒരു മീശക്കാരൻ സദാചാരവാദി ഒച്ചയുയർത്തി.

"ഞങ്ങൾ പൊയ്ക്കോളാം. വന്നിടത്തേക്കു തന്നെ തിരിച്ചുപൊയ് ക്കോളാം. ഉപദ്രവിക്കരുത്" രമണൻ കൈകൂപ്പി പറഞ്ഞു.

ഏതോ തളർച്ചയിൽ ഇന്ദുലേഖ താഴേക്കിരുന്നു.

"രമണാ, നമ്മളെ ഇന്നിവിടെ ആർക്കുമറിയില്ല. പുതിയ ലോകം നമ്മളെ മറന്നു കഴിഞ്ഞു. ഈ കാലം നമുക്കപരിചിതമാണ്. ഇവിടെ

എല്ലാ ബന്ധങ്ങൾക്കും ഒറ്റമുഖമേയുള്ളു. എനിക്കീ ലോകത്തോട്
യോജിക്കാൻ കഴിയുന്നില്ല"

"അതിനു കഴിയാത്തതുകൊണ്ടാണല്ലോ ഞാൻ പണ്ടേ..."

"അതെ നിന്റേതായിരുന്നു ശരി!" കടലിലേക്ക് തള്ളി നിൽക്കുന്ന
കൂർത്ത പാറക്കെട്ടിനു മുകളിലേക്ക് കയറിക്കൊണ്ട് ഇന്ദുലേഖ
പറഞ്ഞു.

പിന്നെ.. താഴേക്കൂളിയിട്ടു

കടലിലെ പഴമയുടെ ചിതാഭസ്മങ്ങൾക്കും തർപ്പണ
അവശിഷ്ടങ്ങൾക്കുമൊപ്പം ഇന്ദുലേഖയും ഒഴുകിപ്പോയി.

കടലിനു പുറത്തെ ആധുനിക ലോകം അപ്പോൾ
ഉത്തരാധുനികതയിലേക്ക് കുതിക്കുകയായിരുന്നു.

15. പൊട്ടാത്ത നൂലുകൾ

ഉമ്മറത്തു തന്നെയുണ്ടായിരുന്നു ചെറിയേട്ടൻ. കാൽപ്പെരുമാറ്റം കേട്ട്
മുഖമുയർത്തിയ കണ്ണുകളിൽ ഒരു നടുക്കം മിന്നിമായുന്നതു കണ്ടു.
എന്നും എവിടെയും പ്രതീക്ഷിക്കാത്തൊരു അതിഥിയായിരുന്നല്ലോ
താൻ. എങ്കിലും ആ മുഖത്തെ സന്തോഷം ഒരുപാട് ആശ്വാസം
നൽകി. മുറിയാത്ത ഒരു വേരെങ്കിലും.

തോളിലമർന്ന വിരലുകളിൽ നിന്ന് വർഷങ്ങളുടെ സ്നേഹമറിഞ്ഞു.

"ഇപ്പഴെങ്കിലും വരാൻ തോന്നിയല്ലോ നിനക്ക്. മതി! ഏട്ടന്..."
വാക്കുകൾ മുറിയുന്നു.

ഏട്ടന്റെ മുടി നരച്ചിരിക്കുന്നു. വെള്ളെഴുത്തു കണ്ണട ആ
മുഖത്തിന് ഒരപരിചിതത്വം നൽകി. ഏട്ടത്തിയമ്മയ്ക്ക് എന്നെ
ആദ്യം മനസ്സിലായില്ല. ഒരു വട്ടമല്ലേ കണ്ടിട്ടുള്ളു. ഏട്ടന്റെ

വിവാഹത്തിനായിരുന്നു ഒടുവിൽ ഈ നാട്ടിൽ വന്നത്. പിന്നീട് ഇപ്പോഴാണ്. ഇഷ്ടമുള്ളയാളിന്റെ കൂടെ ജീവിക്കാനുള്ള സ്വാതന്ത്ര്യത്തിനു വേണ്ടി വാദിച്ചതോടെ പണ്ടേ എല്ലാവരും മനസ്സിൽ നിന്ന് പുറത്താക്കിയിരുന്നു. അന്ന് ഒന്നും മിണ്ടാതെ മൗനാനുവാദം തന്നത് ചെറിയേട്ടൻ മാത്രമായിരുന്നു. പക്ഷേ എന്നിട്ടും പിന്നീടിങ്ങോട്ട് വന്നില്ല.

"ഇത്രയും നാൾ നീയെന്തേ ഇങ്ങോട്ടൊന്ന്?"

ഏട്ടത്തിയമ്മയുടെ സ്വരം പണ്ടും ഇത്ര നേർത്തതായിരുന്നോ? ഒരു തവണയല്ലേ കേട്ടിരുന്നുള്ളു. ഓർക്കുന്നില്ല.

എന്തിന്? ഇവിടെയെന്താണ് എനിക്കുള്ളത് പഴകിയ നൂലുപോലെ ബലം കുറഞ്ഞുപോയ കുറച്ചു ബന്ധങ്ങളല്ലാതെ! പക്ഷേ ഒന്നും പറഞ്ഞില്ല.

കുളിച്ച് വേഷം മാറി വന്നപ്പോഴും ചെറിയേട്ടൻ അതേ ഇരിപ്പു തന്നെ.

"വല്യേട്ടന്റെ അടുത്തു പോയിരുന്നോ?"

"ഇല്ല ആ ബന്ധം പണ്ടേ മുറിഞ്ഞതല്ലേ!"

ഞങ്ങൾക്കിടയിൽ മൗനം കനത്തു തുടങ്ങുന്നത് അറിഞ്ഞു. പണ്ട് വാതോരാതെ സംസാരിച്ചിരിക്കുമായിരുന്നു. എല്ലാ കാര്യങ്ങളും പറഞ്ഞിരുന്നത് ചെറിയേട്ടനോടാണ്. പക്ഷേ ജീവിതത്തിലെ പ്രധാനപ്പെട്ട പലതും...

"നന്ദൻ... നന്ദനെ കാണാറുണ്ടോ"

ഞെട്ടിപ്പോയി. ചോദ്യം പ്രതീക്ഷിക്കാത്തതായതുകൊണ്ട് ഉത്തരം കരുതിയിരുന്നില്ല.

"ഇത്തവണ മഴ കുറവായിരുന്നു അല്ലേ?" വിഷയം മാറ്റാനുള്ള തിടുക്കം ഏട്ടന് മനസ്സിലായി.

"എന്തിനാ കുട്ടീ, ഈ ഏട്ടന്റെ മുമ്പില് നിനക്കൊരു മുഖംമൂടി?

ഒന്നും മിണ്ടിയില്ല. പിന്നീടിതുവരെ നന്ദനെ കണ്ടിട്ടില്ല. 18 വർഷം. അതൊരു ചെറിയ കാലയളവല്ലല്ലോ! പലപ്പോഴും തമ്മിൽ കണ്ടുമുട്ടുന്നതിനെക്കുറിച്ച് സങ്കൽപ്പിച്ചുനോക്കിയിട്ടുണ്ട്. കണ്ടാൽ ചോദിക്കാനുള്ള ചോദ്യങ്ങൾ അന്നെല്ലാം മനസ്സിൽ അടുക്കിയിട്ടിരുന്നു. പക്ഷേ പിന്നീടെപ്പോഴോ ചോദ്യങ്ങൾ ദ്രവിച്ചുപോയി. ഇനി... ഇനി കണ്ടാൽ.. എന്താണു ചോദിക്കുക? സുഖമാണോ? എന്നോ? ചിലപ്പോൾ ഒന്നും ചോദിക്കില്ല.. ഒന്നും!

"നീ നരച്ചു തുടങ്ങി."

വെറുതേ ചിരിച്ചു. "ഏട്ടനും.."

വയസ്സായി എന്ന് ഓർമ്മപ്പെടുത്തുകയായിരുന്നോ ഏട്ടൻ? അതോ തമ്മിൽ കണ്ട വർഷങ്ങളുടെ കണക്കോ?

ഈ നാട്ടിൽ ഇനിയൊന്നും ശേഷിച്ചിട്ടില്ലെന്ന തിരിച്ചറിവായിരുന്നു വരാതിരിക്കാനുള്ള കാരണം. വേരുകൾ ഉണങ്ങിപ്പോയിരുന്നു. അവശേഷിച്ചവയ്ക്കൊന്നും പൊട്ടിക്കിളിർക്കാനുള്ള ശേഷിയുമില്ലായിരുന്നു. വിവാഹം കഴിഞ്ഞ് ഒരു തവണയേ വന്നിട്ടുള്ളു. നന്ദനോടൊപ്പം ചെറിയേട്ടന്റെ വിവാഹത്തിന്. പിച്ചവച്ച വരമ്പുകളും പാടിയുറക്കിയ ചുമലുകളും അന്യമായപ്പോൾ അന്ന് ആശ്വസിപ്പിക്കാൻ നന്ദനുണ്ടായിരുന്നു. പക്ഷേ...

"നിന്നോട് ഞാനൊരു കാര്യം ചോദിച്ചാൽ പറയുമോ?"

ചോദ്യഭാവത്തിൽ ഏട്ടനെ നോക്കിയപ്പോഴും അറിയാമായിരുന്നു എന്താണ് ഏട്ടൻ ചോദിക്കാൻ പോണതെന്ന്.

"നന്ദനും നീയും പിരിയാൻ കാരണമെന്തായിരുന്നു?"

ചോദ്യം പ്രതീക്ഷിച്ചതു തന്നെ. അതുകൊണ്ടുതന്നെ ഉത്തരം പെട്ടെന്നു കിട്ടി.

"അറിയില്ല" പക്ഷേ സത്യമായിരുന്നു.

ഇതേ ചോദ്യം സ്വയം ചോദിച്ചപ്പോൾ കിട്ടിയ ഉത്തരവും ഇതായിരുന്നു. സത്യത്തിൽ ഇന്നും ആ കാരണമാണ് താൻ തേടുന്നതെന്നു പറഞ്ഞാൽ ഏട്ടന് മനസ്സിലാവുമോ?

പ്രത്യേകിച്ച് ഒരു കാരണവും ഇല്ലായിരുന്നു. പിരിയുമ്പോഴും രണ്ടാളുടെയും മനസ്സിൽ നിറയെ സ്നേഹമായിരുന്നു. ഒന്നിച്ചു കഴിഞ്ഞ അഞ്ചു വർഷവും പരസ്പരം സ്നേഹിക്കാൻ മത്സരിക്കുകയായിരുന്നു തങ്ങൾ. പക്ഷേ സ്നേഹിക്കാൻ മത്സരിക്കുന്നതിനിടയിൽ ജീവിക്കാൻ മറന്നു പോയി...! എവിടെയായിരുന്നു തെറ്റിയത്?

അറിയില്ല...!!

"നിന്റെ ജോലിയൊക്കെ?"

"നന്നായി പോകുന്നു"

"സ്ഥലം മാറ്റത്തിന് അപേക്ഷിക്കാരുന്നില്ലേ?"

"എങ്ങോട്ട്"

"ഇങ്ങോട്ട് പോരാല്ലോ"

"വേണ്ട ഏട്ടാ, നഷ്ടങ്ങളൊക്കെ അങ്ങനെ തന്നെയിരിക്കുന്നതാണ് എനിക്കിഷ്ടം. ഒന്നും നേടിയില്ലെന്ന തോന്നലുണ്ടാവില്ലല്ലോ"

"മൂർച്ചയുള്ള വാക്കുകൾ പണ്ടും നിന്റെ കയ്യിലുണ്ടായിരുന്നല്ലോ. പക്ഷേ അത് കൊണ്ടു മുറിയുന്നവരുണ്ടെന്ന് നീയെന്താ മനസ്സിലാക്കാത്തത്?"

ഹൃദയത്തിൽ നിറയെ മുറിവുകളുള്ളപ്പോൾ അതെനിക്കെങ്ങനെ മനസ്സിലാകുമെന്ന് ചോദിച്ചില്ല. എന്റെ വാക്കുകൾ കൊണ്ട് മുറിഞ്ഞത് എന്നും എന്റെ തന്നെ ഹൃദയമാണ്.

"ആ ജാതി മരങ്ങൾ ഇപ്പോൾ കായ്ക്കാറില്ലേ" വിഷയം തിരിക്കാനുള്ള ഒരു പാഴ്ശ്രമം. ഏട്ടനാകട്ടെ അതിനു മറുപടി ഒന്നും പറഞ്ഞതുമില്ല.

ഏട്ടന്റെ ചോദ്യങ്ങളിൽ നിന്ന് രക്ഷപ്പെടാൻ തൊടിയിലേക്കിറങ്ങി. ജാതിത്തോട്ടത്തിലേക്ക് നടന്നു. അപ്പുറം നിറഞ്ഞ പാടം. ദാ, ഇവിടെ നിന്നാണ് അന്ന് നന്ദനോടൊപ്പം പാടത്തിന്റെ ഭംഗി നുകർന്നത്. തുള്ളിത്തുളുമ്പിയ മഴയിൽ, ഒരു കുടക്കീഴിൽ നിന്ന്.. ഇപ്പോൾ.. ഇപ്പോളൊരു മഴ പെയ്തിരുന്നെങ്കിൽ..!

നന്ദനു വേണ്ടി കാത്തിരുന്ന വരണ്ട രാവുകളിൽ കൊതിച്ചിട്ടുണ്ട്. ഒരു മഴയ്ക്കുവേണ്ടി... ആദ്യമൊക്കെ വെറുത്തിരുന്ന മഴയെ പിന്നീടെന്നോ പ്രണയിച്ചു. പക്ഷേ അന്നൊന്നും മഴ പെയ്തില്ല. പിന്നീട് പെയ്തപ്പോഴാകട്ടെ, ഉള്ളിലെ തീയണയ്ക്കാനുള്ള ശക്തി അതിന് നഷ്ടപ്പെട്ടിരുന്നു.

പോകുന്നതിനു മുൻപ് ഏട്ടന് തൃപ്തികരമായ ഒരു ഉത്തരം കൊടുത്തേ പറ്റൂ. ജാതിക്കായ്കളുടേയും മഴയുടേയും പേര് പറഞ്ഞ് ഒഴിഞ്ഞു മാറാൻ പറ്റില്ല. ഉത്തരം കണ്ടെത്തേണ്ടിയിരിക്കുന്നു.

പരസ്പരം വിരഹത്തിന്റെ ഉറക്കമില്ലാത്ത രാവുകൾ സമ്മാനിക്കാതിരിക്കാനാണെന്നു പറഞ്ഞാൽ ഏട്ടന് മനസ്സിലാവുമോ? ഇപ്പോൾ വിരഹത്തിന്റെ വരൾച്ചയില്ല, കാത്തിരിപ്പിന്റെ നൊമ്പരമില്ല.

പക്ഷേ കാത്തിരുന്നത് മറ്റൊരു ചോദ്യമായിരുന്നു.

"എല്ലാം അവസാനിപ്പിച്ചില്ലേ? പിന്നെയുമെന്താ നിന്റെ കഴുത്തിൽ നന്ദന്റെ താലി?"

അറിയാതെ മുഖം കുനിഞ്ഞു.

"ഉപേക്ഷിക്കാൻ മനസ്സു വരണില്ല അല്ലേ? എനിക്കറിയാം നിന്റെ മനസ്സിൽ നിന്ന് നീയിനിയും അവനെ പടിയിറക്കിയിട്ടില്ല. കഴിയില്ല നിനക്കതിന്. എന്റെ കുട്ടിയെ എനിക്കറിയില്ലേ..!"

അറിയാതെ തേങ്ങിപ്പോയപ്പോൾ സ്വയം അത്ഭുതപ്പെട്ടു.കരയാനുള്ള സിദ്ധി നഷ്ടപ്പെട്ടിട്ടില്ല.! പക്ഷേ കണ്ണുനീർ എവിടെയോ ഉറഞ്ഞു പോയിരുന്നു.

യാത്ര പറഞ്ഞപ്പോൾ ഏട്ടത്തിയമ്മയുടെ കണ്ണുകൾ നിറയുന്നതു കണ്ടു.

"ഇനിയെന്നാ നീയ്...?" ഏട്ടന്റെ സ്വരം ചിലമ്പിയിരുന്നോ?

"വരും! പൊട്ടാത്ത നൂലുകൾ ബാക്കി കിടന്നാൽ വരാതിരിക്കാൻ കഴിയില്ലല്ലോ. ഒരിക്കൽ ഇതുപോലെ വീണ്ടും...!"

"നീ തനിച്ച് ഇത്ര ദൂരം..!" ഏട്ടത്തിയമ്മയുടെ സ്വരത്തിൽ ഭയത്തിന്റെ ചെറുകണികകൾ.

പാവം ഏട്ടത്തിയമ്മയ്ക്കറിയില്ലല്ലോ, ജീവിതത്തിൽ ഞാനെന്നും തനിച്ചായിരുന്നുവെന്ന്.!!

16. വഴികൾ

ഞാൻ ഉറങ്ങുകയായിരുന്നു...

സ്വപ്നങ്ങൾ എന്റെ മനസ്സിലൂടെ ഭ്രാന്തമായ വേഗതയിൽ എങ്ങോട്ടോ പാഞ്ഞുകൊണ്ടിരുന്നു. എന്റെ ഹൃദയത്തിൽ അവ്യക്ത ചിത്രങ്ങളുടെ മുരളൽ നിറഞ്ഞുനിന്നു. ഇരുണ്ട കറുത്ത നിറത്തിൽ നിന്ന് മറ്റു നിറങ്ങളെ വേർതിരിച്ചെടുക്കാനുള്ള ശ്രമങ്ങൾ പരാജയപ്പെടുകയാണോ? അല്ല! എവിടെയൊക്കെയോ

വർണ്ണങ്ങളുടെ നനുത്ത കലമ്പൽ ഉയരുന്നുണ്ട്. അവ എന്റെ ചുമരുകളിൽ അങ്ങിങ്ങ് പറ്റിപ്പിടിച്ചു നിന്നു.

ദൂരെ നിന്ന് കുറെ നിഴൽ രൂപങ്ങൾ ഓടിയടുക്കുന്നു. അവരുടെ അട്ടഹാസങ്ങൾ, കൂക്കിവിളികൾ... അവരുടെ കൈകളിലെന്താണ്? വാളുകൾ, അമ്പുകൾ, കയറുകൾ...

പുറകിൽ കുറേപ്പേർ ചേർന്ന് കൊണ്ടുവരുന്നത്?

ഓാ.. ഒരു കുരിശ്!

അവരെന്തിനാണ് ഒച്ച കൂട്ടുന്നത്? ആണികൾ എത്രവേണമെന്ന് തർക്കിക്കുകയാവണം... മൂന്നോ? നാലോ? അതോ അഞ്ചോ?

ചോദ്യങ്ങൾ ഉത്തരം കിട്ടാതെ ശവമഞ്ചങ്ങളെപ്പോലെ ചുറ്റും മരവിച്ചു കിടന്നു. തടവറയുടെ ഇരുണ്ട ചുമരുകൾ കരിമ്പടക്കെട്ടുകളെപ്പോലെ.. ശിക്ഷ എന്നാവും?

തൂക്കു കയറിന്റെ ബലം പരിശോധിച്ചു കഴിഞ്ഞിട്ടുണ്ടാവില്ലേ? ആ രാഷ്ട്രീയനേതാവിനെ കൊല്ലേണ്ടായിരുന്നു. അവന്റെ ഒടുക്കത്തെ ഒരു ആയുസ്സ്! വിധിച്ചത് തൂക്കുകയറായിപ്പോയി. ഇല്ലെങ്കിൽ...

പക്ഷേ മനസ്സിലാവാത്തത് മറ്റൊന്നാണ്. തോക്കു ചൂണ്ടിയതേ ഉള്ളുവല്ലോ.. അതിനാണോ ഈ തൂക്കുകയർ? ചിലപ്പോൾ തന്റെ പേര് ഏതെങ്കിലും തീവ്രവാദ ലിസ്റ്റിൽ തള്ളിക്കയറ്റിക്കാണും.

അയാളുടെ കത്തിമുനയിൽ പിടയുന്ന അച്ഛന്റെ മുഖം മറക്കാനാവില്ല. അന്നത്തെ പതിനഞ്ചുകാരന് നിലവിളിക്കാനേ കഴിഞ്ഞുള്ളൂ. പക്ഷേ അച്ഛന്റെ രക്തസാക്ഷിത്വം ആ കൊലയാളിയെ നേതാവാക്കിയപ്പോൾ കൈപ്പിടിയിൽ കത്തിയായിരുന്നില്ല; തോക്കായിരുന്നു കൊണ്ടു നടന്നത്. പക്ഷേ പാളിപ്പോയി. ശ്ശേ!

കൈയിൽ മതഗ്രന്ഥങ്ങൾ അടുക്കിപ്പിടിച്ച് സത്യനേശൻ വന്നു. കാവിക്കുപ്പായത്തിന്റെ നിറം മങ്ങിയിരുന്നു. കടൽക്കരയിലെ നനുത്ത മണൽത്തരികൾ അവന്റെ കാവിമുണ്ടിന് കരവരച്ചു.

"നിനക്കോർമ്മയുണ്ടോ രാമചന്ദ്രൻ, പണ്ട് രാഘവൻമാഷ് ഭൂമി
ഉരുണ്ടതാണെന്ന് പഠിപ്പിച്ചപ്പോൾ ഞാൻ പൊട്ടിച്ചിരിച്ചത്?
കണ്ണെത്താദൂരത്തോളം പരന്നുകാണുന്ന ഭൂമി ഉരുണ്ടതാണെന്ന്
പറഞ്ഞാൽ അന്നത്തെ നാലാം ക്ലാസ്സുകാരന്
മനസ്സിലാവില്ലായിരുന്നു. പക്ഷേ രാമചന്ദ്രാ, ഇന്നെനിക്ക്
മനസ്സിലാവുന്നു. ഭൂമി മാത്രമല്ല ജീവിതവും ഉരുണ്ടതാണ്. ഒരു
വട്ടപ്പൂജ്യം പോലെ! നോക്കൂ, പുറപ്പെട്ടേടത്തു തന്നെ ഞാൻ
തിരിച്ചെത്തിയിരിക്കുന്നു. പുറപ്പെടുമ്പോഴുള്ള അതേ ശൂന്യതയോടെ!
ഉത്തരം കണ്ടെത്താനായില്ല.

ഇല്ല.. എനിക്കും കണ്ടെത്താനായില്ല. നീ
മതഗ്രന്ഥങ്ങളിലന്വേഷിച്ചപ്പോൾ ഞാൻ ജീവിതത്തിലന്വേഷിച്ചു.
ഒടുവിലിതാ ഈ തടവുമുറിയും ഞാൻ അന്വേഷിച്ചു
കൊണ്ടേയിരുന്നു. ഉത്തരം.. ഇല്ല..!

കൊക്കയുടെ മദിക്കുന്ന പച്ചപ്പിനു മുകളിലൂടെ പറന്ന് വന്ന്
ജോസഫ് മാർട്ടിൻ പൊട്ടിച്ചിരിച്ചു.

"ഉത്തരം കണ്ടെത്താനായില്ല. അല്ലേ രാമചന്ദ്രൻ?"

പാശ്ചാത്യഗ്രന്ഥങ്ങളടക്കം അരിച്ചു പെറുക്കിയ ജീനിയസ്സ് മാർട്ടിൻ!
ഒരു ഗ്രന്ഥവും നിനക്ക് ഉത്തരം നൽകിയില്ല അല്ലേ? നോക്കൂ
ഞാനിപ്പോഴും അന്വേഷിക്കുകയാണ്. നിന്നെപ്പോലെ കൊക്കയുടെ
അഗാധതയിലെങ്ങോ ചോദ്യങ്ങളും ഉത്തരങ്ങളും വലിച്ചെറിയാൻ
ഞാനൊരുക്കമല്ല. തൂക്കുകയറിന്റെ നാട മുറുകുന്നതു വരെ,
ആണികൾ നെഞ്ചിൽ തറയ്ക്കുന്നതു വരെ ഞാൻ എന്റെ
അന്വേഷണം തുടരും. നോക്കിക്കോളൂ.. മതഗ്രന്ഥങ്ങൾ
തേടിയലഞ്ഞ സത്യനേശനും പാശ്ചാത്യവിജ്ഞാനകോശങ്ങൾ
കരണ്ടുതിന്ന നിനക്കും ലഭിക്കാത്തത് ഞാൻ... ഈ രാമചന്ദ്രൻ
ജീവിതത്തിൽ നിന്ന് നേടിയെടുക്കും...!

ജോസഫ് മാർട്ടിൻ പൊട്ടിച്ചിരിച്ചു. "ഈ ലോകമാണ് രാമചന്ദ്രൻ
ഏറ്റവും നല്ലത്. ഇവിടെ ചോദ്യങ്ങളില്ല. ഉത്തരങ്ങൾ മാത്രം! ഇവിടെ
നുണകളില്ല. സത്യങ്ങൾ മാത്രം! ഇവിടെ ജാതിയും മതങ്ങളുമില്ല,
മനുഷ്യനും മൃഗവുമില്ല; എല്ലാം ഇവിടെ പരമമായ ഉമ്മ!"

"ഏതു സത്യത്തിന്റെ വിടവിലും നുണയുടെ അംശങ്ങളുണ്ടാവും. നുണയുടെ വീർത്ത സഞ്ചിയിലും സത്യത്തിന്റെ മിന്നുന്ന കണികയുണ്ടാവും. ജോസഫ്, ഇത് നീ മറന്നു പോയോ?"

കടലിലേക്ക് തള്ളി നിൽക്കുന്ന പാറക്കെട്ടിനു മുകളിൽ കയറി നിന്ന് സത്യനേശൻ വിളിച്ചു ചോദിക്കുന്നു.

"ഉത്തരം കിട്ടിയോ രാമചന്ദ്രൻ? എങ്കിൽ പറയൂ, ജീവിതത്തിന്റെ ലക്ഷ്യമെന്താണ്?"

ഉത്തരത്തിനു വേണ്ടി ആരുടെയൊക്കെ ജീവിതത്തിലൂടെ ഞാനൂളിയിടണം?

അച്ഛന്റെ? ജോസഫിന്റെ? സത്യനേശന്റെ? ഒടുവിൽ... ഒടുവിൽ എന്റെയും!

എവിടെ നിന്നായിരുന്നു തുടക്കം? ഗർഭപാത്രത്തിൽ നിന്ന്!

എതിലെയായിരുന്നു യാത്ര?

ജീവിതത്തിലൂടെ..!

എന്തായിരുന്നു ലക്ഷ്യം?

മരണം!

ഉത്തരം... ഉത്തരം കിട്ടി...!

"ഏയ് സത്യനേശൻ, ജോസഫ്, ഇതാ.. കേട്ടോളൂ ഉത്തരം കിട്ടിയിരിക്കുന്നു...!"

ജോസഫിന്റെയും സത്യനേശന്റെയും മിഴിഞ്ഞ കണ്ണുകളിൽ നോക്കിപ്പറഞ്ഞു.

"ജീവിതത്തിന്റെ ലക്ഷ്യം മരണമാണ്..!" അതെ ജീവിക്കുന്നത് മരിക്കുവാനാണ്. തിന്നും കുടിച്ചും കലഹിച്ചും ഇണചേർന്നും പടവെട്ടിയും ഒടുവിൽ... ഒടുവിൽ മരിക്കുവാൻ വേണ്ടി! മരിക്കുവാൻ വേണ്ടി മാത്രം!!

ഉത്തരം കിട്ടിയിരിക്കുന്നു. സത്യനേശന്റെ വിശുദ്ധഗ്രന്ഥങ്ങൾ എന്നെ തുറിച്ചു നോക്കി. ജോസഫിന്റെ വിജ്ഞാനകോശം എന്റെനേരെ നെറ്റി ചുളിച്ചു.

ഒരു വലിയ കുരിശിന്റെ കറുത്ത നിഴൽ നിലാവിനെ മൂടിക്കളഞ്ഞു. ഇപ്പോൾ ഇരുട്ടാണ്. സർവ്വത്ര ഇരുട്ട്. ഈ ഇരുട്ടിൽ എന്റെ ശരീരം നഷ്ടപ്പെട്ടു പോകുന്നു. ഇപ്പോൾ എനിക്ക് ആത്മാവു മാത്രമേയുള്ളൂ. പുണ്ണുപിടിച്ച ഒരാത്മാവ് മാത്രം!

എന്റെ തടവറയുടെ പുറത്ത് കാലൊച്ചകൾ ഉയർന്നു. ഒരു തൂക്കുകയർ എന്റെ സ്പർശനത്തിന് കൊതിച്ചു നിന്നു.

എന്റെ കുരിശിൽ ആണികൾ അമർന്നു..

17. വാതിൽ

പുറത്ത് വീണ്ടും വസന്തം വന്നു. മരങ്ങളിൽ പൂക്കൾ വിരിഞ്ഞു. അടച്ചിട്ട വാതിലിനുള്ളിൽ കാലത്തിന്റെ വരവും പോക്കും അറിയാതെ അവളിരുന്നു. പൂക്കളുടെ ചിരിയും കൊഴിയുന്ന ഇലകളുടെ തേങ്ങലും അവളറിഞ്ഞില്ല. പുറത്ത് കാലം വീർപ്പടക്കി നിന്നതും പിന്നെ കുതിച്ചു പാഞ്ഞതും അവളറിഞ്ഞില്ല. അവളുടെ

കാതുകൾ വാതിലിനു പുറത്തു വീഴുന്ന ഒരു നനുത്ത
ശബ്ദത്തിനായി മാത്രം കാതോർത്തിരുന്നു.

ഇന്ന്... അല്ലെങ്കിൽ നാളെ...! വരാതിരിക്കില്ല. വരാതിരിക്കാനാവില്ല.
എനിക്കറിയാം! ഈ വാതിലിനുപുറത്ത് നിന്റെ കാലുകളുടെ ചലനം
നിലയ്ക്കും. ഒടുവിൽ നിന്റെ യാത്ര അവസാനിക്കുന്നത് ഈ
വാതിലിനു പുറത്തായിരിക്കും. എനിക്കറിയാം! നിന്റെ
വെളുത്തുമെലിഞ്ഞ വിരലുകൾ എന്റെ വാതിലിനു പുറത്ത് തട്ടി
നനുത്ത സംഗീതം പുറപ്പെടുവിക്കും. ആ ശബ്ദത്തിനു
കാതോർത്തിരുന്ന് ഒടുവിൽ ഞാനില്ലാതാവും.

അപ്പോൾ വാതിലിൽ ശക്തിയായ മുട്ടുകേട്ട് അവൾ നടുങ്ങി.
അതൊരു ഇടിമുഴക്കം പോലെ അവളുടെ കാതുകളെ തുളച്ചു.ഇല്ല..
ഞാൻ തുറക്കില്ല. ഇത് ഞാൻ കാത്തിരുന്ന ശബ്ദമല്ല.

പണ്ട് ഞാൻ തുറക്കുമായിരുന്നു. വാതിലിൽ ആഞ്ഞുവീഴുന്ന
കറുത്ത കരങ്ങളെയും സ്വീകരിക്കുമായിരുന്നു. ഇനി വയ്യ!
കാട്ടുമൃഗങ്ങളെപ്പോലെ കടന്നുവന്ന് വലിച്ചെറിയുന്ന മുഷിഞ്ഞ
നോട്ടുകളെ ഞാൻ വെറുക്കുന്നു. എനിക്കുമൊരു ഹൃദയമുണ്ട്. സ്
നേഹം കൊതിക്കുന്ന ഒരു ഹൃദയം.

വർഷങ്ങൾക്ക് മുമ്പ് ഒരു ഹൃദയം എനിക്കുണ്ടെന്ന് അയാൾ
കാട്ടിത്തന്നു. മഴയുള്ള ഒരു രാത്രി വാതിലിൽ നേർത്ത ശബ്ദം
പുറപ്പെടുവിച്ച് അയാൾ കടന്നു വന്നു. ആർത്തി പൂണ്ട നോട്ടവും
ക്രൂരമായ മുഖഭാവവുമില്ലാത്ത ഒരാൾ. അയാളുടെ കയ്യിൽ ഒരു
വലിയ സഞ്ചി. വെളുത്തു മെലിഞ്ഞ കൈകളിൽ വർണ്ണങ്ങളുടെ
സംഗീതം. മുനിഞ്ഞു കത്തുന്ന റാന്തൽ വിളക്ക് മുഖത്തിനു
നേർക്കുയർത്തി അയാൾ പറഞ്ഞു.

"കൊള്ളാം..! നീ സുന്ദരിയാണല്ലോ! നിന്നെ എന്റെ ക്യാൻവാസിൽ
ഞാനൊരു രാജകുമാരിയാക്കാം. നോക്കിക്കോളൂ!"

സഞ്ചിയിൽ നിന്നെടുത്ത വെളുത്ത ക്യാൻവാസിൽ അയാൾ
വർണ്ണങ്ങൾ ചാലിച്ചു. അത്ഭുതപ്പെട്ടുപോയി. തന്റെ രൂപം!

"നേർത്ത നീലവിരിയുടെ പശ്ചാത്തലം കൂടി നൽകിയാൽ നീ ശരിക്കുമൊരു രാജകുമാരിയാകും. പിന്നെ നിർജ്ജീവമായ നിന്റെ കണ്ണുകളിൽ സ്വപ്നങ്ങളുടെ നീലിമ കൂടിയാകുമ്പോൾ ഉഗ്രൻ!"

അമ്പരന്ന് നിൽക്കുകയായിരുന്നു. പിന്നെ പതുക്കെ പറഞ്ഞു.

"ഈ മുറിയിൽ കടന്നുവന്നവരാരും ഇങ്ങനെ സംസാരിച്ചിട്ടില്ല. സമയത്തെ വിലക്കെടുത്ത് വന്നവരെല്ലാം തർക്കിച്ചത് മുഷിഞ്ഞ നോട്ടുകളുടെ എണ്ണത്തെച്ചൊല്ലിയായിരുന്നു"

അയാൾ വെറുതേ ചിരിച്ചു. പിന്നെ സ്വപ്നങ്ങളുടെ നീലിമ കണ്ണുകളിൽ ചാലിച്ചു. മനസ്സ് ആഹ്ലാദം കൊണ്ട് ആകാശത്തോളം ഉയർന്നിരുന്നു.

"നിന്റെ പേരെന്താ?"

ഞെട്ടിപ്പോയി!

"പേര്"

"എന്തേ പേരില്ലേ?"

"പേരിന് ഇവിടെ പ്രസക്തിയില്ലല്ലോ... സത്യത്തിൽ എന്റെ പേരെന്താണെന്ന് ഞാൻ തന്നെ മറന്നുപോയിരിക്കുന്നു. ആട്ടെ, നിങ്ങളുടെ പേര്?"

അയാൾ പൊട്ടിച്ചിരിച്ചു.

"എനിക്കും പേരില്ല. ജനിക്കുമ്പോഴേ പേരില്ലായിരുന്നു! അല്ലെങ്കിൽതന്നെ ഒരു പേരിലെന്തിരിക്കുന്നു അല്ലേ!"

പുറത്ത് മഴ ശക്തിയായി പെയ്യുന്നുണ്ടായിരുന്നു. വെറുതേ ചിരിച്ചു. വർഷങ്ങൾക്ക് ശേഷം!

"നീ... നീയെങ്ങനെ ഇങ്ങനെയായി?"

നടുക്കത്തിൽ മുഖമുയർത്തി

"വേണ്ട.. ഇവിടെ വരുന്നവർക്ക് വേണ്ടത് എന്റെ ജീവചരിത്രമല്ല. നിങ്ങളും ആ പതിവ് തെറ്റിക്കണ്ട. എന്റെ ഭൂതകാലം ഞാനെന്നേ മറന്ന് കഴിഞ്ഞു. പാടില്ല.. നിങ്ങളതൊന്നും ചോദിക്കാൻ പാടില്ല!"

അപ്പോഴും അയാൾ ചിരിച്ചു. പിന്നെ കൈയിലെ ചിത്രത്തിൽ മിഴികൾ നട്ടു.

"നിനക്കറിയുമോ ഈ ജീവിതം ഒരു മുഷിഞ്ഞ വസ്ത്രമാണെന്നാണ് പണ്ടേതോ മഹാത്മാവ് പറഞ്ഞത്. എനിക്കീ വസ്ത്രം ഉപേക്ഷിക്കണമെന്നുണ്ട്. പക്ഷേ കഴിയില്ല. കാരണം മാറ്റിയുടുക്കാൻ മറ്റൊന്നില്ല.

അയാൾ മറ്റൊരു ക്യാൻവാസ് എടുത്ത് വരക്കാനാരംഭിച്ചു. ചാരനിറം പടർന്ന പ്രതലത്തിൽ കറുത്ത ഒരു കണ്ണ്. അതിൽ നിന്നുറ്റു വീഴുന്ന കണ്ണുനീർത്തുള്ളികൾ. കണ്ണുനീരിന് ചുവപ്പുനിറമായിരുന്നു. അതിനു താഴെ ഒരു ഹൃദയം.. ചുവന്ന കണ്ണുനീർ വീണ് ഹൃദയത്തിനും ചുവപ്പുനിറമായി..!

അയാളുടെ കൈകൾ ചലിച്ചുകൊണ്ടിരുന്നു. വെളുത്ത വിരലുകളിൽ ചുവപ്പും നീലയും കറുപ്പും നിറങ്ങൾ കൂടിച്ചേർന്നു. ആ കരങ്ങളുടെ ചലനം ഒരിക്കലും നിലയ്ക്കരുതേയെന്ന് നിശബ്ദമായി അൾ പ്രാർത്ഥിച്ചു. ഒടുവിലയാൾ ആ കണ്ണുകൾക്ക് പിറകിൽ ഒരു വാതിലിന്റെ അവ്യക്തചിത്രം കൂടി വരച്ചു ചേർത്തു.

വാതിലിനു പുറത്ത് മഴ ആർത്തലച്ചു. അകത്ത് അയാളുടെ വിരൽത്തുമ്പിൽ മഴ നൃത്തം വച്ചു. ഉള്ളിലെവിടെയോ ഒരു മൺചെരാത് തകർന്നുടയുന്നതും സ്നേഹം ഒഴുകിപ്പരക്കുന്നതും അവളറിഞ്ഞു. അവളുടെ കണ്ണുകളിൽ നീർ പൊടിഞ്ഞു. എന്നോ നഷ്ടമായ ഒരു സ്മൃതിയിൽ അവൾ പിടഞ്ഞു. പിന്നെ നേർത്ത വീണയിൽ നിന്നുതിരുന്ന ശബ്ദത്തിൽ അയാളോടു പറഞ്ഞു.

"നിങ്ങൾ പോകൂ..! അനുഭവങ്ങൾ കൊണ്ട് മനസ്സിനെ കല്ലാക്കി ഹൃദയത്തെ മുറിച്ചുമാറ്റിയവളാണ് ഞാൻ. എന്റെയുള്ളിൽ നിങ്ങളൊരു അരുവിയാകേണ്ട. ആർത്തിരമ്പുന്ന സമുദ്രത്തെയാണ് എനിക്ക് പരിചിതം."

അയാൾ ചിരിച്ചു.

"മുറിവേറ്റ ഒരാത്മാവിന് സാന്ത്വനം തേടിയുള്ള യാത്രയാണ്
എന്റേത്. ആർത്തിരമ്പുന്ന സമുദ്രത്തിന്റെ അടിത്തട്ട് കാണാനാവില്ല.
അരുവിയുടേത് പക്ഷേ വ്യക്തമാണ്."

"ആ വ്യക്തത എന്നെ തളർത്തുന്നു. ഞാനാകെ മാറിപ്പോകുന്നതു
പോലെ. മുഷിഞ്ഞ നോട്ടുകൾക്കുവേണ്ടി മാത്രം തർക്കിക്കാൻ
അറിയുന്ന എന്നെ ഈ വർണ്ണങ്ങൾ അസ്വസ്ഥയാക്കുന്നു."

അവളുടെ സ്വരം നന്നേ നേർത്തിരുന്നു. പുറത്ത് മഴ പെയ്ത് തീർന്നു.

അയാൾ പോകാൻ തയ്യാറെടുത്തു.

"ഇനി.. ഇനിയെന്നാണ് നിങ്ങൾ വരിക?"

അയാൾ ഒരു പിടച്ചിലോടെ മുഖമുയർത്തി.

"ഇല്ല.. ഇനി ഞാൻ വരില്ല. ബന്ധങ്ങളിൽ നിന്നും കടപ്പാടുകളിൽ
നിന്നും രക്ഷപ്പെടാനാണ് എന്റെ യാത്ര. കടപ്പാടുകൾ ഞാൻ
വെറുക്കുന്നു. ബന്ധങ്ങൾ എന്നെ കുത്തിനോവിക്കുന്നു. ഓരോ
ബന്ധങ്ങളും ഓരോ ചങ്ങലക്കെട്ടുകളാണ്..!"

പുറത്ത് തെങ്ങോലകളിൽ നിന്ന് വെള്ളം ഇറ്റുവീണു.
അകലെയെവിടെയോ ഒരു കൂമൻ കരഞ്ഞു. ഇരുളിൽ ദിക്കറിയാതെ
പാറുന്ന മഴപ്പാറ്റകൾ അകത്തെ വെളിച്ചത്തിലേക്ക് കടന്ന് വന്ന്
ചിറക് കരിഞ്ഞു വീണു. അവൾ വിളക്കിന്റെ തിരി നീട്ടി.

"ജീവിതം ഒരു ശവയാത്രയാണ് കുട്ടീ...! സ്വന്തം ശരീരം സ്വന്തം
കുഴിമാടത്തിലേക്ക് ചുമന്നുകൊണ്ടുള്ള യാത്ര! മുന്നോട്ടുള്ള
യാത്രയിൽ തിരിച്ചുവരവില്ല"

അയാൾ സഞ്ചി കൈയിലെടുത്തു. വാതിൽ തുറന്നു. തിരി നീട്ടിയ
വിളക്ക് അയാളുടെ മുഖത്തേക്കുയർത്തി. തെങ്ങോലകളിൽ
നിന്നിറ്റുവീഴുന്ന മഴത്തുള്ളികളുടെ സ്വരത്തിൽ അവൾ ചോദിച്ചു.

"ഞാൻ.. ഞാൻ നിങ്ങളെ സ്നേഹിച്ചോട്ടെ?
വെറുതേ..നിർവ്വചിക്കാൻ ഒരു ബന്ധവും ഇല്ലാതെ!"

അയാളുടെ കണ്ണുകൾ കുറുകി. നീണ്ട വിരലുകൾ വിറകൊണ്ടു. ആ കണ്ണുകളിലെ ഭാവത്തെ പാടെ അവഗണിച്ച് അവൾ തുടർന്നു.

"സ്നേഹം ചൂടാണ്. സ്നേഹശൂന്യതയുടെ കൊടുംതണുപ്പിൽ തണുത്ത് വിറങ്ങലിക്കുന്നവരെ മരണത്തിൽ നിന്നും രക്ഷിക്കുന്ന ചൂട്"

പെട്ടെന്ന് അയാൾ തടഞ്ഞു.

"പക്ഷേ എനിക്ക് സ്നേഹം അഗ്നിയാണ്. എന്റെ ഹൃദയത്തെ പൊള്ളിക്കുന്ന, എന്റെ ശരീരത്തെ ചുട്ടുകരിക്കുന്ന അഗ്നി! സ് നേഹശൂന്യതയുടെ ഹിമപാളികൾക്കിടയിലേക്ക് ഒളിച്ചോടുന്ന എനിക്ക് ഈ അഗ്നി ആവശ്യമില്ല. ക്ഷമിക്കൂ..!"

മുന്നിലെ സ്വപ്നങ്ങളുറങ്ങാത്ത കണ്ണുകളിൽ നോക്കാതെ അയാൾ പുറത്തെ ഇരുട്ടിലേക്കിറങ്ങി. അടഞ്ഞ വാതിലിനപ്പുറത്ത് അവൾ ഹൃദയത്തിൽ കാത്തിരിപ്പിന്റെ വേദന നിറച്ച് സ്നേഹത്തിന്റെ ചൂടു പകർന്ന്, സ്വപ്നങ്ങളുറങ്ങുന്ന കണ്ണുകൾ കടംവാങ്ങി വെറുതേ കാത്തിരുന്നു... വെറുതേ!

19. ഭ്രാന്തി

നിരത്തിൽ ഇരുട്ട് വീണുകിടക്കുന്നു. വഴിവിളക്കുകൾ ചിലത് കത്തിയും ചിലത് കത്താൻ മടിച്ച് മിന്നിക്കളിച്ചും ഇരുട്ടിലേക്ക് കണ്ണ് തുറക്കുന്നു. റെയിൽവേ പ്ലാറ്റ്ഫോമിന്റെ ഇരുണ്ട മൂലയിൽ ഒരു പഴയ ചാക്കും മുഷിഞ്ഞ കീറപ്പുതപ്പും അവളുടെ പാദപതനത്തിന് കാതോർത്ത് കിടന്നു. കയ്യിലെ ചളുങ്ങിയ അലുമിനിയ പ്പാത്രത്തിലെ

അപ്പക്ഷണം എടുത്ത് തിന്ന് പൈപ്പിൽ നിന്ന് വെള്ളവും കുടിച്ച് അവൾ ആ ഇരുട്ടിലേക്ക് ഒതുങ്ങിക്കൂടി.

അപ്പുറത്തെ തെണ്ടിക്കുടുംബം എന്തോ പാകം ചെയ്യാനുള്ള തിരക്കിലാണ്. മൂന്നുകല്ലു വച്ച അടുപ്പിൽ നിറച്ച ഉണങ്ങിയ ഇലകൾക്കിടയിൽ ഊതി ഊതി ആ പത്തുവയസ്സുകാരന്റെ കണ്ണു കലങ്ങി. ഒടുവിലത് കത്തിയപ്പോൾ ആ തീജ്വാലയേക്കാൾ തിളക്കം അവന്റെ മുഖത്തായിരുന്നു.

ആരെങ്കിലും കൊടുക്കുന്ന അരിയും പൈസയും അവർക്ക് ജീവിതമാർഗ്ഗമാവും. പക്ഷേ തനിക്ക്. ഒരു ഭ്രാന്തിക്ക് ഒന്നും കൊടുക്കാൻ ആരും തയ്യാറാവില്ല.

"കുഴപ്പമൊന്നും ഇല്ലാത്തപ്പോ വാങ്ങിത്തിന്നേച്ച് പോവും. എളകിക്കഴിഞ്ഞാ വേണേ കല്ലെടുത്തെറിയുന്ന കൂട്ടമാ. ശവങ്ങള്!"

കരിങ്കല്ലിനേക്കാൾ മൂർച്ചയുള്ള വാക്കുകൾ... പക്ഷേ അതുകൊണ്ട് മുറിയാൻ ഹൃദയത്തിൽ സ്ഥലമെവിടെ? ഉണങ്ങാത്ത മുറിവുകൾ സമൃദ്ധമായപ്പോൾ വേദന മറന്നു. സ്നേഹവും സ്വപ്നങ്ങളും വിളഞ്ഞുകിടക്കുന്ന ഒരു മനസ്സ് പണ്ടായിരുന്നു. ഇന്നിപ്പോൾ... ഇല്ല! കാരമുള്ളുകൾക്കിടയിൽ കുരുങ്ങിപ്പോയ ഒരു ഹൃദയം തിരിച്ചെടുക്കാനാവില്ല. എങ്ങോട്ടോയുള്ള യാത്രയ്ക്കിടയിൽ എവിടെയോ നഷ്ടപ്പെട്ട നിറയെ തുളകൾ വീണ ഒരു ഹൃദയം!

ഒരു ഗുഡ്സ് വണ്ടി രാത്രിയുടെ നിശബ്ദതയെ ഭേദിച്ചുകൊണ്ട് ഇരമ്പി പാഞ്ഞുപോയി. ഒരു വലിയ മേഘം മുകളിൽ പെയ്യാൻ വെമ്പിനിന്നു. കെട്ടുപോയ അടുപ്പിൽ പത്തുവയസ്സുകാരൻ വീണ്ടും കരിയില നിറച്ചു. അവന്റെ അമ്മ ചെറിയ കുട്ടിയെ ഉറക്കുന്ന തിരക്കിലായിരുന്നു. അച്ഛൻ ഉപയോഗശൂന്യമായ പഴയ പ്ലാസ്റ്റിക് തകര സാധനങ്ങൾക്കിടയിൽ എന്തോ തിരഞ്ഞു കൊണ്ടിരുന്നു. മനസ്സിലെ മുറിവുകൾക്കിടയിൽ എവിടെയോ ഒരു വിങ്ങൽ.

അമ്മയുടെ മുഖം ഓർമ്മയില്ല. ഓർക്കാൻ ശ്രമിക്കുന്തോറും രൂപമില്ലാത്ത ഒരു നിഴൽപോലെ അകന്നുപോകുകയാണ് അമ്മ. അച്ഛന്റെ മുഖം പക്ഷേ ഒരിക്കലും മറക്കില്ല. ഏതോ വലിയ വീടിന്റെ അടുക്കളച്ചൂമരുകൾക്കിടയിലേക്ക് പന്ത്രണ്ടുവയസ്സുകാരി മകളെ

വലിച്ചെറിഞ്ഞ അച്ഛന്റെ മുഖം! കുറുകിയ ചുവന്നകണ്ണുകളും കൊമ്പൻമീശയും തടിച്ചദേഹവുമുള്ള അച്ഛന്റെ മുഖം ഒരു കശാപ്പുകാരന്റേതു പോലെയായിരുന്നു. കുഴഞ്ഞ നാവിൽ നിന്നുയരുന്ന ചാരായത്തിന്റെ രൂക്ഷഗന്ധം. ചാരായത്തിലൂടെ ഒഴുകിയെത്തുന്ന വാക്കുകൾക്കും അതേ ഗന്ധമായിരുന്നു.

കുന്നോളം ഉയരത്തിലിട്ട വിഴുപ്പുകെട്ടുകൾക്കിടയിലും എച്ചിൽ പാത്രങ്ങൾക്കിടയിലും മകൾ സുരക്ഷിതയാണെന്ന് അച്ഛൻ കരുതിയിരുന്നോ? മാസത്തിന്റെ ആദ്യപകുതിയിൽ മാത്രം പ്രത്യക്ഷപ്പെടുന്ന അച്ഛന് ആ കാര്യം ശ്രദ്ധിക്കാൻ നേരമില്ലായിരുന്നു. ദൈവം നൽകാൻ മറന്നുപോയ ഭാഗ്യത്തിനു വേണ്ടിയുള്ള കാത്തിരിപ്പ്..! എന്നും കത്തിച്ചുവച്ച ചന്ദനത്തിരിയുടെ സുഗന്ധത്തിലും പൂക്കളുടെ നിറപ്പകിട്ടിലും മയങ്ങിപ്പോയ ദൈവം പക്ഷേ ആ പ്രാർത്ഥന കേട്ടില്ല.

ചുറ്റും നിന്നുയരുന്ന കൂർത്തനോട്ടങ്ങൾ... ദാഹിച്ച കഴുകൻ കണ്ണുകൾ... ഇരുട്ടിൽ നീണ്ടുവരുന്ന തടിച്ച കൈ... നിലവിളിക്കാൻ പിളർന്ന വായിൽ കുത്തിത്തിരുകിയ പഴന്തുണി..

ഓടി രക്ഷപ്പെട്ടു. വിഴുപ്പുകെട്ടുകൾക്കിടയിൽ നിന്ന്, എച്ചിൽ പാത്രങ്ങൾക്കിടയിൽ നിന്ന്... പക്ഷേ വീണ്ടും കൂർത്ത നോട്ടങ്ങളും തുറിച്ച കണ്ണുകളും പിന്തുടരുന്നുവെന്നറിഞ്ഞപ്പോൾ ഒരു മുഖംമൂടി കിട്ടി. ഭ്രാന്തിയുടെ മുഖംമൂടി. അതോടെ കൂർത്ത നോട്ടങ്ങളിൽ വെറുപ്പുനിറഞ്ഞു.

ഇപ്പോഴീ മുഷിഞ്ഞുനാറുന്ന വസ്ത്രങ്ങളും ജടപിടിച്ച മുടിയും ഒരു രക്ഷാകവചമായിരിക്കുന്നു. എങ്കിലും പകലിനെ ഇപ്പോഴും പേടിയാണ്. കായൽതീരത്തെ തെങ്ങോലകൾക്കുപോലും പകലിനെയാണ് പേടി. അവ പേടിച്ച് വിറകൊള്ളുന്നത് കാണുമ്പോൾ ചിരി വരും. മാനം നോക്കി നിൽക്കുന്ന നിങ്ങൾ ആരെ ഭയക്കുന്നു? കാറ്റിനെയോ? അതോ റാഞ്ചാൻ തക്കം നോക്കി ആകാശത്തിൽ വട്ടമിട്ടു പറക്കുന്ന പരുന്തിൻ കൂട്ടത്തെയോ?

തെണ്ടിക്കുടുംബം കഞ്ഞികുടിച്ച് കിടക്കാനുള്ള ഒരുക്കത്തിലാണ്. കത്തിയമർന്ന അടുപ്പിൽ നിന്ന് പുകയുയരുന്നു. ഇരുട്ടത്ത് റെയിൽപ്പാളങ്ങൾ വഴിവെളിച്ചം തട്ടിത്തിളങ്ങി. അകലെയെവിടെയോ

ഒരു പുള്ള് നീട്ടി കരഞ്ഞു. അടുത്ത വണ്ടി എത്താറായെന്ന
അറിയിപ്പ് മുഴങ്ങി. നിമിഷങ്ങളുടെ മാത്രം ദൈർഘ്യമുള്ള ഒരു
തിരക്ക്. അതു കഴിഞ്ഞ് വീണ്ടും നിശബ്ദതയിലേക്ക്.
നിശബ്ദതയാണ് കൂടുതൽ വാചാലം. ഇരുട്ടിനാണ് കൂടുതൽ
സൗന്ദര്യം. അകലെ കാണുന്ന മങ്ങിയ കാഴ്ചകൾക്ക് മനസ്സിൽ പല
രൂപം കൊടുക്കാനാവും. യാഥാർത്ഥ്യത്തിനുമപ്പുറമുള്ള
സങ്കൽപ്പലോകത്തേക്ക് സഞ്ചരിക്കാം.

നാളെ വീണ്ടും നിരത്തിന്റെ തിരക്കിലേക്ക് വൃത്തികെട്ട വസ്ത്രവും
ജടപിടിച്ച് കട്ട കെട്ടിയ മുടിയുമായി നീങ്ങുന്ന പ്രാകൃതരൂപം ആരും
ശ്രദ്ധിച്ചെന്നു വരില്ല. ചില കുട്ടികൾ ഭ്രാന്തിയെന്ന് വിളിച്ച് കല്ലെറിയും.
ചിലർ അറപ്പോടെ അകന്നു പോകും. എങ്കിലും ചില്ലിനേക്കാൾ
മൂർച്ചയുള്ള നോട്ടങ്ങളും കഴുകൻ കണ്ണുകളും ഒരിക്കലും
പിന്തുടരില്ല. തടിച്ച കൈകൾ ശരീരത്തിനു നേരെ നീണ്ടുവരില്ല. മതി!
ഈ ജീവിതം തന്നെയാണ് നല്ലത്. ഞാനിപ്പോൾ ഈ ജീവിതത്തെ
സ്നേഹിക്കുന്നു. അഴുക്കുപിടിച്ച ഈ ജീവിതത്തെ! ഈ
പഴഞ്ചാക്കിനേയും ഈ ഇരുട്ടുമൂലയേയും ഞാൻ സ്നേഹിക്കുന്നു.
നഷ്ടപ്പെട്ടതെന്തോ തേടിയലഞ്ഞ് ഞാൻ തിരിച്ചെത്തുന്നതും കാത്ത്
ഈ ഒഴിഞ്ഞ മൂലയും പഴഞ്ചാക്കും നിമിഷങ്ങളെ
ഞെക്കിക്കൊല്ലുന്നു. പിന്നീട് തളർന്ന ദേഹത്തിന് സാന്ത്വനം
നൽകുന്നു.

അവൾ ഓർമ്മകൾ കൊണ്ടു തളർന്ന കണ്ണുകളടച്ചു. ഇരുട്ട്
നിർവ്വികാരതയോടെ അവൾക്ക് മറയേകി അമർന്നു കിടന്നു. പക്ഷേ
ഇരുട്ടിൽ, പകൽ അവൾക്കുനേരെ കല്ലെറിയുന്ന ചില കണ്ണുകൾ
അവളെ ഉറ്റുനോക്കുന്നത് അവൾ അറിഞ്ഞില്ല.

20. അനാഥ ദൈവങ്ങൾ

"എന്തിനെണേ ആ കുഞ്ഞി ഇങ്ങനെ വെയ്രം കൊടുക്ക്ന്നത്?"

'കുഞ്ഞിക്ക് കുളുത്ത് വേണ്ടോലും.... ഓൾക്കിപ്പോ ദോശ
കിട്ടണംന്ന്. ഞാനേട പോയിട്ടാന്ന് ദോശ ഇണ്ടാക്കണ്ട്? ഒരൊറ്റ
മണി പച്ചരിയില്ല ഈട...!'

മകന്റെ കുട്ടിയാണ്. വാശി പിടിച്ചാൽ പിന്നെ ആരെന്തു പറഞ്ഞാലും
രക്ഷയില്ല. കുട്ടികളല്ലേ... അവർക്കറിയില്ലല്ലോ ലോകം മുഴുവൻ ഒരു
മഹാരോഗത്തെ പേടിച്ച് അകത്തിരിക്കുന്ന കാര്യം. രാവിലെ
ദോശയും ഇഡ്ഡലിയുമൊക്കെ കഴിച്ചു ശീലിച്ച കുട്ടി കഞ്ഞിയും
പുഴുക്കുമൊക്കെ എത്ര ദിവസം കഴിക്കും?

രാമപ്പെരുവണ്ണാൻ പറമ്പിലേക്ക് ഇറങ്ങി... ഉച്ചക്കത്തെ കഞ്ഞിക്ക്
ചക്ക കൊണ്ട് ഒരു മൊളീശം വെക്കാൻ പറയാം. കുഞ്ഞിക്ക് അതും
പറ്റില്ല. ആ സമയത്ത് ഒരു കരച്ചിൽ കൂടി കേൾക്കേണ്ടിവരും. എന്റെ
ദൈവേ.... എന്നാണ് ഈ അറുതി ഒന്ന് തീരുക ? മുന്നോട്ട്
ചിന്തിക്കുമ്പോൾ ഒരു എത്തും പിടിയും കിട്ടുന്നില്ല. ഇപ്പോൾ
സർക്കാർ തന്ന അരിയും കുറച്ച് സാധന ങ്ങളും ഉണ്ട്. അത്
തീർന്നാൽ എന്ത് ചെയ്യും?

ഓരോ വർഷവും കാത്തിരിക്കുന്നത് ഈ തെയ്യക്കാലത്തിനു
വേണ്ടിയാണ്. തുലാം പത്തിന് തുടങ്ങി ഇടവപ്പാതിയിൽ അവ
സാനിക്കുന്ന തെയ്യക്കാലം ആണ് ഓരോ കോലക്കാരന്റെയും
പ്രതീക്ഷ. ഒരു വർഷക്കാലത്തേക്ക് ജീവിക്കാൻ അഞ്ച് മാസത്തെ
വരുമാനം... അത് മതിയായിരുന്നു. പക്ഷേ ഈ വർഷം എല്ലാ
പ്രതീക്ഷകളെയും പുതിയ മഹാമാരി കതകടച്ച് അകത്താക്കി.
കാറമേൽ കാവിലെ പെരുങ്കളിയാട്ടത്തിനുള്ള ഒരുക്കങ്ങൾ
തുടങ്ങിയ സമയത്താണ് ആ മഹാവിപത്ത് നാട്ടിലെത്തിയത്.
അതോടെ എല്ലാ ഒരുക്കങ്ങളും അവസാനിപ്പിച്ചു. വരച്ചു വെക്കലും
അടയാളം നൽകലും കഴിഞ്ഞു വ്രതത്തിൽ ഇരുന്നതാണ്. വ്രതം
പാതിയിൽ അവസാനിപ്പിച്ചു തിരിച്ചു വരുമ്പോൾ ദൈവകോപം
ഉണ്ടാവാതിരിക്കാൻ മുച്ചിലോട്ടമ്മയെ മനമുരുകി വിളിച്ചു. നെഞ്ചു
പിളരുന്ന വേദനയോടെ തിരിച്ചു പോരുമ്പോൾ കണ്ണിൽ പൊടിഞ്ഞ
കണ്ണുനീര് കൂടെയുള്ളവർ കാണാതിരിക്കാൻ പാടുപെട്ടു.

പ്ലാവിൽ ഇനി മൂന്നാല് ചക്ക കൂടിയേ ഉള്ളൂ. ഇതും കൂടി കഴിഞ്ഞാൽ ഇനി വയർ ഒന്നുകൂടി മുറുക്കി ഉടുക്കേണ്ടിവരും. മൂത്തത് ഒന്നു നോക്കി പറിച്ചെടുത്തു തിരികെ നടന്നു.

'കാർത്ത്യായനീ... നീ ഇതെടുത്ത് ഒരു മെളീശം വെക്ക്. ഒരു നേരം അങ്ങനെ കയ്ച്ചിലാവും. അല്ലാ കണ്ണൻ ഓട്ത്തുണേ? ഇന്ന് ഓനെ കണ്ടിറ്റേ ഇല്ലല്ലാ...'

'ഓൻ വെളി വരുമ്പേ എറങ്ങീതാന്ന്... ഏടയാന്പ്പാ പോയിനീ? ഇങ്ങനെ എറങ്ങി നടക്കാനൊന്നും പാടില്ലേലും. പിന്നെയീ ചെക്കൻ ഏട്ത്തേക്കാന്പ്പാ ഈ ചാട്ന്ന്?'

'എത്രയാന്ന് വെച്ചിട്ടാന്നെണേ വീട്ടില് കുത്തിയിരിക്കുന്നത്? തെയ്യം കെട്ടീട്ടൊന്നും ഇനിയുള്ള കാലം കയ്ച്ചിലാവില്ലാന്ന് ഓന് തോന്നീറ്റ്ണ്ടാവും. വേറെ പണി വല്ലതും കണ്ടുപിടി ക്കണംന്ന് ഓളോട് പറയുന്ന കേട്ടിനി.'

'അയ്ന് ഏട്ന്നിപ്പോ പണി? ഓരോ തെയ്യക്കാലം കയ്യുമ്പഴും കിട്ടുന്നതെല്ലാം ഇങ്ങനെ ചെലവാക്കി തീർക്കാണ്ട് എന്തെങ്കിലും കൊറച്ച് മീതി വെക്കണംന്ന് ഞാൻ പറയുന്നത് നിങ്ങ രണ്ടാളും കേട്ടിനാ? ഇപ്പം എന്തായി? ആ കുഞ്ഞീന്റെ വെയ്രം കൊടുക്കല് കേക്കുമ്പഴാന്ന് നെഞ്ച് കീറുന്നത്....'

കാർത്ത്യായനി ഉടുത്ത മുണ്ടു കൊണ്ട് മൂക്കുചീറ്റി.

'നീയൊന്ന് നിർത്തെണേ... ദൈവങ്ങൾക്ക് പോലും ഇപ്പോ ഗതിയില്ലാണ്ടായി. പിന്നാ കോലക്കാരൻ....!'

രാമപ്പെരുവണ്ണാൻ പടിഞ്ഞാറ്റയിൽ കടന്നു തലപ്പാളിയും ചൂടകവും ചിലമ്പും പറ്റുമ്പാടകവും ചിറകുടുപ്പും കാണി മുണ്ടും കടകവും ഒക്കെ പുറത്തെടുത്തു. ദൈവങ്ങൾ അനുഗ്രഹിച്ചാൽ അടുത്ത തുലാത്തിൽ വീണ്ടും തെയ്യം കെട്ടാം. അതു വരെ തുടച്ചുമിനുക്കിയും വെയിലു കൊള്ളിച്ചും സൂക്ഷിച്ചു വെക്കണം.

തലപ്പാളിയും ചെന്നിമലരും തലയിൽ അണിഞ്ഞ്, മുഖത്ത് കുറ്റി ശംഖും പ്രാക്കും എഴുതി, അരിമ്പു മാലയും ഏഴിയരവും മാറിലണിഞ്ഞ്, ചുവന്ന ചെത്തി മാല ചാർത്തിയ വട്ടത്തിരുമുടി

തലയിൽ വച്ച് സർവ്വാഭരണ വിഭൂഷിതയായി ചുവന്ന പട്ടുടുത്ത് ഒരു നവവധുവിനെ പോലെ ഒരുങ്ങിയിറങ്ങുന്ന മുച്ചിലോട്ടമ്മയെ രാമപ്പെരുവണ്ണാൻ ഉണർവിലും സ്വപ്നം കണ്ടു. പെരുംകളി യാട്ടം സ്വപ്നംകണ്ടു കഴിച്ചുകൂട്ടിയ ദിവസങ്ങൾ ദൂരെ മാറി നിന്ന് കൊഞ്ഞനം കുത്തുന്നു. ഉരിയാട്ടു കേൾക്കാൻ കാത്തു നിൽക്കുന്ന ജനസഹസ്രങ്ങൾക്ക് പകരം ശൂന്യമായിത്തീർന്ന തെയ്യാട്ട ക്കാവുകൾ... ഇങ്ങനെ ഒരു കാലം തന്റെ ഓർമ്മയിലേ ഇല്ല. 45 വർഷങ്ങളായി തെയ്യം കെട്ടുന്നു. ഒരിക്കൽ പോലും ഇങ്ങനെ ദാരിദ്ര്യം അനുഭവിച്ചിട്ടില്ല. ഓരോ കളിയാട്ടം കഴിയുമ്പോഴും മടിക്കുത്തിൽ മഞ്ഞൾ പുരണ്ട നോട്ടുകൾ നിറയും. സമ്പാദിച്ച് വെക്കാൻ ഒന്നും തോന്നിയിട്ടില്ല. ദൈവങ്ങൾക്ക് എന്തിനാണ് സമ്പാദ്യം എന്ന് കാർത്ത്യായനിയോട് കളി പറഞ്ഞു. കാവുകൾ ഉള്ളിടത്തോളം, ദൈവങ്ങൾ ഉള്ളിടത്തോളം പട്ടിണി ഉണ്ടാവി ല്ലെന്ന് ഉറച്ചുവിശ്വസിച്ചു. ആ വിശ്വാസത്തിന്റെ അടിത്തറയാണ് ഇപ്പോൾ ഇളകി തുടങ്ങിയത്. അടയാളം തന്നപ്പോൾ നൽകിയ ദക്ഷിണ ക്ഷേത്രത്തിൽ തന്നെ തിരിച്ചേൽപ്പിച്ചു. കെട്ടാത്ത കോല ത്തിനു ദക്ഷിണ വേണ്ട. കൈയിലുള്ളതെല്ലാം തീർന്നു. ഇനിയ ങ്ങോട്ട് എങ്ങനെ? ഒരു മഹാരോഗത്തിന് ലോകത്തെ എങ്ങനെ യൊക്കെ മാറ്റാൻ കഴിയുമെന്ന് ഇതോടെ എല്ലാവരും പഠിച്ചു.

'ഗുണം വരണം പൈതങ്ങളേ... ഗുണം വരണം!'

ഉള്ളിൽ മഞ്ഞളും അരിയും വാരിയെറിഞ്ഞ് അനുഗ്രഹം ചൊരിഞ്ഞ് തെയ്യക്കോലങ്ങൾ ഉറഞ്ഞു തുള്ളി.

"തന്തയ്ക്കും തറവാടിനും മേലാക്കത്തിനും മേൽഗൃഹ ത്തിനും ഗുണം വരണേ.... ഗുണം വരണം!"

ലോകത്തിനു മുഴുവൻ അനുഗ്രഹം ചൊരിഞ്ഞ് പുതിയ ഭഗവതി ഉറഞ്ഞാടുന്നു. വസൂരി രോഗം മാറ്റാൻ ശിവഭഗവാൻ സൃഷ്ടിച്ചവൾ. കോഴിയും കുരുതിയും തന്നു ദാഹം തീർത്താൽ ഈ പുതിയ രോഗത്തെയും മാറ്റി തരുമോ ഭഗവതീ...? അതോ ഈ കോവിഡിനെ ഇല്ലാതാക്കാൻ ഇനി ഒരു ദൈവം കൂടി അവ തരിക്കേണ്ടി വരുമോ? വിത്തും വിളയും കാക്കാൻ, കാലികളെ കാക്കാൻ, നാടിനെയും നാട്ടാരെയും കാക്കാൻ, രോഗങ്ങൾ മാറ്റാൻ.... അങ്ങനെ എന്തിനും

ഏതിനും കൂടെയുള്ള മുപ്പത്തി മുക്കോടി ദൈവങ്ങൾക്കും ഒരു കുഞ്ഞു വൈറസിനെ ഇല്ലാതാ ക്കാൻ കഴിയില്ലെന്നോ? ഞങ്ങൾ ഇനി എന്തു ചെയ്യും ദൈവേ...? രാമപ്പെരുവണ്ണാന്റെ കാലുകൾ കനലിൽ ചവിട്ടിയാൽ എന്ന പോലെ പൊള്ളി. നെഞ്ചിൽ തീപ്പന്തങ്ങൾ ആളി..!

പടിഞ്ഞാറ്റയുടെ മൂലയിൽ മഞ്ഞൾപ്പൊടിയും മനയോലയും ചായില്യവും അനാഥമായി കിടന്നു. കയ്യിൽ ബാക്കിയുണ്ടാ യിരുന്ന പണം കൊടുത്തു കോഴിക്കോട് പോയി വാങ്ങിക്കൊണ്ടു വന്നതാണ്. എല്ലാം വെറുതെയായി...! മനയോല ചാലിച്ച് വിശപ്പ കറ്റാൻ പറ്റില്ലല്ലോ ....!

'അച്ഛാ....' - കണ്ണനാണ്.

"നീ ഏടയാ പോയത് ? പൊറത്തൊന്നും എറങ്ങി നടന്നൂ ടാന്ന് അറിയില്ലേ നിനക്ക്?"

'ഇവിടെയിങ്ങനെ മേലോട്ട് നോക്കിയിരുന്നാ എന്തേലും ഗുണമുണ്ടോ? അച്ഛൻ ഞാൻ പറയുന്നത് ശ്രദ്ധിച്ചു കേക്കണം. ഇനി ഈ കൊല്ലം ഏടെയും കളിയാട്ടം ഉണ്ടാവില്ല. അടുത്ത തുലാം വരെ നമ്മൾ എങ്ങനെ ജീവിക്കും?'

'ഞാനും അത് തന്നാ ചിന്തിക്കുന്നത്...'

'അച്ഛാ ഇനി ഒരു വഴിയേ നമ്മുടെ മുമ്പിലുള്ളൂ. തെയ്യം ഒരു കലയാണ്. ഇനി അതിനെ അങ്ങനെ കാണാൻ പഠിക്കണം.'

'നീയെന്ത്ന്നാ പറഞ്ഞ് വര്ന്നത്?'

"അതായത് ഒരു കലാരൂപമെന്ന നിലയിൽ വിദേശികളുടെ മുൻപിലൊക്കെ കെട്ടിയാടിയാൽ മാത്രമേ നമുക്ക് ഇനി രക്ഷ പ്പെടാൻ പറ്റൂ. അടുത്ത തെയ്യക്കാലം വരെ പട്ടിണി കിടക്കാതിരി ക്കാൻ വേറെ വഴിയൊന്നുമില്ല. ആചാരങ്ങളെയും കെട്ടിപ്പിടിച്ചിരു ന്നാൽ ജീവിക്കാൻ വേറെ വഴിയൊന്നും ഇല്ലെന്ന് അച്ഛൻ മനസ്സി ലാക്കണം. കൊച്ചിയിൽ ജോലിയുള്ള സുമേഷിനെ ഞാൻ കണ്ടി രുന്നു. അവിടെ വിദേശ ടൂറിസ്റ്റുകളുടെ ഇടയിലൊക്കെ ഇത്തരം കലാരൂപങ്ങൾക്ക് നല്ല ഡിമാൻഡാണ്.'

'എന്റെ ദൈവേ....' - രാമപ്പെരുവണ്ണാന് തൊണ്ടയിടറി.

"നീയെന്നാടാ ഈ പറയുന്നത്? നമ്മളെ ദൈവങ്ങളെ വിക്കാനോ?
ഇല്ല...! പട്ടിണി കിടന്ന് ചത്താലും ഞാനത് ചെയ്യില്ല.'

"എന്നാ പട്ടിണി കിടന്ന് ചത്തോ...! പക്ഷേ എന്നെക്കൊണ്ട് കയ്യൂല...
എന്റെ കുഞ്ഞി പൈയ്ച്ചിറ്റ് വെയ്രം കൊടുക്കുന്നത് കേട്ടു നിക്കാൻ
കയ്യില്ലെനിക്ക്...! പലചരക്കു കടയിൽ നിന്ന് കുറച്ചു സാധനം കടം
ചോദിച്ചപ്പോ ദൈവങ്ങക്കും വിശക്കുമോ എന്ന് ചോയ്ച്ച് ആ
ദാസൻ എന്റെ തൊലിയുരിച്ചു. എനക്ക് കയ്യൂല ഇനി ഇങ്ങനെ
നാണം കെടാൻ...!'

ഉറഞ്ഞുതുള്ളി കണ്ണൻ പുറത്തേക്ക് പോകുന്നത് നെഞ്ചിടി പ്പോടെ
രാമൻ പെരുവണ്ണാൻ നോക്കിയിരുന്നു. അയാളുടെ ഉള്ളിൽ ഒരു
മേലേരി കത്തിപ്പടർന്നു. കനൽക്കട്ടകളുടെ ചൂടിൽ ഉരുകിത്തളർന്ന്
അയാൾ താഴേക്കിരുന്നു. വാളും ചിലമ്പും കുലുക്കി തെയ്യങ്ങൾ
അയാൾക്ക് നേരെ പാഞ്ഞടുത്തു. വാളു കൊണ്ട് അയാളുടെ
നെഞ്ചിൽ ആഞ്ഞു വെട്ടി . പന്തം കൊണ്ട് കുത്തി. മുന്നിൽ
ഭക്തിയോടെ തൊഴുതു നിന്ന ജനങ്ങൾ അയാ ളുടെ മുഖത്തേക്ക്
കാർക്കിച്ചു തുപ്പി.

*'വില്ലാപുരത്ത് കോട്ടപ്പടിക്ക് തീ കൊടുത്തു

നാലുഭാഗം ഭൂതത്താന്മാര് കാവല്

നാലുഭാഗം തീ കൊടുത്തു നടുവിൽ പീഠമിട്ടു

നൃത്തമാടി അട്ടഹാസം മൂന്നല്ലോ വിളി കൊടുത്താരേ...'

പള്ളിയറയ്ക്കു മുന്നിലെ അട്ടഹാസവും ചിലമ്പൊച്ചയും കേട്ടാണ്
അയൽക്കാർ പുറത്തിറങ്ങിയത്. പള്ളിയറക്കു മുന്നിൽ ഒടയിൽ
നാലുഭാഗത്തും പന്തം കൊളുത്തി രാമൻ പെരുവണ്ണാൻ പുതിയ
ഭഗവതിയായി ഉറഞ്ഞാടുന്നു.

'തന്തയ്ക്കും തറവാടിനും മേലാക്കത്തിനും. മേൽഗൃഹ ത്തിനും
ഗുണം വരണേ.... ഗുണം വരണം... ഓ.. ഹോയ്!'

'നാട്ടുപുതിയവൾ നിങ്ങളെ കാത്തു രക്ഷിക്കും പൈതങ്ങളേ:
വയലത്തൂർ കാലിയാർ തിരുമുടി നല്ലച്ഛൻ കനിഞ്ഞു തന്നോരു
വിത്തും വിളയും നിങ്ങൾക്ക് വേണ്ടി ഞാൻ കാത്തുസൂക്ഷിക്കും
പൈതങ്ങളേ...'

'എന്റെ ദൈവേ.... ഇത് എന്ത്നാ നിങ്ങ കാണിക്കുന്നത്?' -
കാർത്ത്യായനി നിലവിളിച്ചു.

'സദാ സ്വയം കത്തിയെരിയുന്നുണ്ടെങ്കിലും എന്നും പുതിയ വളായി
വന്ന് അനുഗ്രഹിച്ചു പോന്നിട്ടില്ലേ? മേലിലും അങ്ങനെ തന്നെ
ചെയ്യുന്നുണ്ട്.'

ഉരിയാട്ട് കേട്ട് കൂടുതൽ കത്തിയെരിഞ്ഞ പന്തങ്ങളുടെ ചൂടിൽ
ഉടുത്ത കുരുത്തോലകൾ കരിഞ്ഞു.

'എത്ര സ്വയം കത്തിയെരിഞ്ഞാലും ഞാൻ എന്നും
പുതിയവളാണ്...!' പുതിയ ഭഗവതി അലറി.

അപ്പോൾ അടച്ചിട്ട കാവുകളിലും കഴകങ്ങളിലും, പൊയ്
മുഖങ്ങൾക്കു മുകളിൽ സർജിക്കൽ മാസ്ക് കെട്ടിയ ദൈവങ്ങൾ
അനാഥരായി ഉഴറി നടന്നു...!

* പുതിയ ഭഗവതിയുടെ തോറ്റം പാട്ടിൽ നിന്ന്.

* പുതിയ ഭഗവതി വസൂരിരോഗം മാറ്റാൻ അവതരിച്ച ഭദ്രകാളി
യാണെന്നാണ് വിശ്വാസം.

21. അപരിചിതൻ

വലിയ ആ നഗരത്തിൽ വണ്ടിയിറങ്ങുമ്പോൾ ആദ്യം അമ്പരപ്പായിരുന്നു. പിന്നെ പേരറിയാത്ത ഒരു നിസ്സഹായാവസ്ഥ. കയ്യിലെ ഇന്റർവ്യൂ കാർഡിൽ നോക്കി അഡ്രസ്സ് മനഃപാഠമാക്കി. പതിവായി ചെയ്തു പോരുന്ന ഒരു പ്രവൃത്തി എന്നതിൽ കവിഞ്ഞ് ഒന്നുമില്ല മനസ്സിൽ. ഇതും വെറുതെയാവും. അതറിഞ്ഞിട്ടു തന്നെയാണ് വരവ്. നിയമനം നേരത്തെ കഴിഞ്ഞു കാണും. പിന്നെ തൊഴിലില്ലാതെ നടക്കുന്നവരെ വട്ടുതട്ടിക്കാൻ പേരിനൊരു ഇന്റർവ്യൂ.

വരാതിരുന്നാലോയെന്ന് ചിന്തിച്ചതാണ് പലവട്ടം. പക്ഷേ അച്ഛന്റെ ചുവന്ന കണ്ണുകൾക്കു മുമ്പിൽ എന്നും തീരുമാനം മാറ്റേണ്ടി വരുന്നു. പ്രതീക്ഷയൊക്കെ എന്നേ നശിച്ചിരിക്കുന്നു. അല്ലെങ്കിൽ തന്നെ പ്രതീക്ഷിക്കാൻ എന്താണ് ഈ ജീവിതത്തിൽ? ജനിച്ചുപോയതു കൊണ്ടുമാത്രം ജീവിച്ചു തീർക്കുന്നു. ഭീരുവായതുകൊണ്ടു മരിക്കാനുമാകുന്നില്ല. ഈ ഭീരുത്വം തന്നെയാണല്ലോ എന്നും എന്നെ തോൽപ്പിച്ചിട്ടുള്ളത്.

ചുവന്ന ആ കണ്ണുകളിൽ തറപ്പിച്ചു നോക്കി തലയുയർത്തി നിന്ന് സംസാരിക്കുന്നത് എന്നും സ്വപ്നങ്ങളിൽ മാത്രം ഒതുങ്ങി നിന്നു. അപേക്ഷ അയക്കാനുള്ള തപാൽ ചാർജ്ജിനു കൂടി അമ്മയോടാണ് ശുപാർശ ആവശ്യപ്പെട്ടിരുന്നത്. അടുത്തുകൂടി പോകുമ്പോൾ പല്ലിറുമ്മുന്ന ഒച്ച വ്യക്തമായി കേട്ടിട്ടുണ്ട്. വാക്കുകൾ ആവേശത്തോടെ ഉള്ളിൽ കിടന്ന് വട്ടം കറങ്ങുകയേ ഉള്ളൂ. എന്നെങ്കിലുമൊരിക്കൽ എണ്ണം നോക്കാത്ത നോട്ടുകൾ ആ മുമ്പിലേക്ക് വലിച്ചെറിഞ്ഞ് പറയണം.

"ഇതാ ഞാൻ അധ്വാനിച്ച കാശ്! നോട്ടുബുക്കുകളിൽ കുറിച്ചുവച്ച കണക്കുകൾ ഈ നോട്ടിന് പിന്നിലില്ല. കണക്കുനോക്കുമ്പോൾ കുറവുണ്ടെങ്കിൽ പറയണം. ഇനിയുമുണ്ട് എന്റെ കയ്യിൽ!"

പക്ഷേ ഇതും മറ്റൊരു സ്വപ്നം മാത്രമാവും തീർച്ചയുണ്ട്. കവിതകളെഴുതിയ കടലാസുകൾ കീറി പറത്തിയപ്പോൾ, ഭ്രാന്തനെന്ന് വിളിച്ച് ആക്ഷേപിച്ചപ്പോൾ അപ്പോഴെല്ലാം മനസ്സിൽ കോറിയിട്ടു. "വരും! എന്റേതായ ഒരു ദിവസം വരും, അന്ന്.. അന്നിതിനെല്ലാം ഞാൻ മറുപടി പറഞ്ഞോളാം. പക്ഷേ ഇന്നാവില്ല."

ഏറ്റവും കുറഞ്ഞ നിരക്കുള്ള ലോഡ്ജിൽ ഒരു മുറിയെടുത്തു. പിറ്റേന്ന് ഇൻർവ്യൂ സ്ഥലത്തെത്തുമ്പോൾ മനസ്സിൽ മുഴുവൻ ആശങ്കയായിരുന്നു. എന്തായിരിക്കും ചോദിക്കുക? മുഴുവൻ ഉത്തരങ്ങളും പറഞ്ഞിട്ടുകൂടി ജോലി കിട്ടാതിരുന്നിട്ടുണ്ട്. അന്ന് ഇല്ലാതെ പോയത് ധൈര്യമായിരുന്നു. കുനിഞ്ഞ ശിരസ്സോടെ ശരിയുത്തരം പറയുമ്പോഴും ചോദ്യകർത്താക്കളുടെ മുഖത്തെ അസംതൃപ്തി കാണാമായിരുന്നു. ഇവിടെയും അനുഭവം മറ്റൊന്നാവില്ല. അറിയാതെ ശിരസ്സ് കുനിഞ്ഞുപോകുന്നു. ഉയർത്തിപ്പിടിച്ച ശിരസ്സ് സ്വപ്നങ്ങളിൽ മാത്രമാണ്.

നീണ്ട കാത്തിരിപ്പിനു ശേഷം സ്വന്തം പേര് വിളിച്ചതുകേട്ടപ്പോഴും നിർവ്വികാരമായിരുന്നു. മേശക്കപ്പുറത്തെ തടിച്ച കണ്ണടക്കുള്ളിലെ കണ്ണുകൾ കണ്ടപ്പോൾ തന്നെ ശിരസ്സു താണു.

ആദ്യത്തെ ചോദ്യം ഉടനെയുണ്ടായി.

"ബ്രിട്ടീഷ് രാജ്ഞിയുടെ കിരീടത്തിലെ രത്നങ്ങളുടെ എണ്ണം?"

ഉത്തരം പെട്ടെന്നു കിട്ടി.

"അറിയില്ല" മുഖമുയർത്താൻ പേടിയായിരുന്നു.

"ഹിമാലയത്തിലെ കൊടുമുടികളുടെ എണ്ണം?"

"അറിയില്ല"

ദൈവമേ, അടുത്ത ചോദ്യം പോപ്പിന്റെ ലോഹയുടെ ബട്ടൺസിന്റെ എണ്ണമായിരിക്കുമോ?

"ആസ്ത്രേലിയയുടെ വിസ്തീർണ്ണം?"

ചോദിച്ചു ചോദിച്ച് അമേരിക്കൻ പ്രസിഡന്റിന്റെ ഭാര്യയുടെ അച്ഛന്റെ പേരെന്താണ് എന്നെങ്ങാനും ചോദിക്കുമോ ആവോ?

"അറിയില്ല"

"ഇതൊന്നും അറിയില്ലെങ്കിൽ പിന്നെ നിങ്ങൾ എന്തിന് ഈ ജോലി തേടിവന്നു?"

പറയണോ? അതുവേണമെങ്കിൽ തെറ്റില്ലാതെ പറയാം. വളർത്തി വലുതാക്കിയതിന്റെ കണക്കു സൂക്ഷിക്കുന്ന അച്ഛന്റെ മുന്നിലേക്ക് സ്വന്തമായി ഉണ്ടാക്കിയ ഒരു നൂറുരൂപാ നോട്ടെങ്കിലും എറിഞ്ഞിട്ടു കൊടുക്കാൻ; പെങ്ങന്മാർക്ക് ഏട്ടൻ വിലകെട്ടവനാണെന്നു തോന്നാതിരിക്കാൻ; പത്തുമാസംചുമന്നു പെറ്റത് വ്യർത്ഥമായിപ്പോയി എന്ന തോന്നൽ അമ്മയ്ക്കുണ്ടാവാതിരിക്കാൻ.. ഇതിനെല്ലാമാണ് ഞാനീ ജോലി തേടിവന്നത്.

പക്ഷേ ഒന്നും മിണ്ടിയില്ല. വേഗം പുറത്തു കടന്നു.

ഇനി എന്തെങ്കിലും കഴിക്കണം. എന്നിട്ട് ഇരുട്ടുമൂടിക്കിടക്കുന്ന നടവഴികളും ചെളിവെള്ളം കെട്ടിക്കിടക്കുന്ന പാടങ്ങളും, നരച്ച സ് നേഹം ഹൃദയത്തിൽ കൊണ്ടു നടക്കുന്ന ജനങ്ങളും ഉള്ള ആ നാട്ടിലേക്ക് മടക്കയാത്ര.

മുന്നിൽ പല ഹോട്ടലുകളുടേയും ബോർഡുകൾ നിറഞ്ഞുനിന്നു. വിശപ്പ് തോന്നുന്നില്ല. പക്ഷേ ഒന്നും കഴിക്കാതെയുള്ള ബസ് യാത്ര മനംപിരട്ടലുണ്ടാക്കും. വിശപ്പില്ലാതായിട്ട് കാലം കുറേയായി. വിളമ്പിവച്ച ഭക്ഷണത്തിനു മുമ്പിലിരിക്കുമ്പോഴെല്ലാം നോട്ടുബുക്കിലെ എഴുതിവച്ച കണക്കുകൾ ഓർമ്മവരും. അതോടെ വിശപ്പ് എങ്ങോട്ടോ പോയ് മറയും. കൈയിൽ ഊണു കഴിഞ്ഞാൽ വണ്ടിക്കൂലി മാത്രമാണുള്ളത്. ചെറിയ ഹോട്ടൽ തേടി നിരത്തിലൂടെ നടന്നു.

നിറഞ്ഞൊഴുകുന്ന ജനങ്ങൾക്കിടയിൽ പെട്ടെന്ന് ഒരു രൂപം കണ്ണിൽ തടഞ്ഞു. നരച്ച ജീൻസും കീറിയ ഷർട്ടും ചെമ്പിച്ച താടിയും ജടപിടിച്ച മുടിയുമുള്ള ഒരു ചെറുപ്പക്കാരൻ. കണ്ടാൽ ഒരു ഭ്രാന്തനെപ്പോലെയുണ്ട്. എതിർഭാഗത്തുനിന്നും വളരെവേഗം നടന്നടുത്ത അയാൾ പെട്ടെന്ന് തൊട്ടുമുന്നിലേക്ക് നീങ്ങിനിന്ന് പതുക്കെ ചോദിച്ചു.

"ഒരു ഊണ് വാങ്ങിത്തരുമോ?"

ആകെ അമ്പരന്നുപോയി. പിന്നെ പ്രത്യേകിച്ചൊന്നും ഭാവിക്കാതെ അയാളെ മറികടന്നു മുന്നോട്ടു നടന്നു. മുന്നിൽ കണ്ട ഒരു ചെറിയ

ഹോട്ടലിൽ കയറി ഊണിനു കാത്തിരുന്നപ്പോൾ നരച്ച ജീൻസും
കീറിയ ഷർട്ടും ജടപിടിച്ച മുടിയും താടിയുമുള്ള ആ മുഖം
മനസ്സിലേക്ക് തള്ളിക്കേറി വന്നു. ഇത്രയും ജനങ്ങൾ കടന്നുപൊയ്
ക്കൊണ്ടിരുന്നിട്ടും അയാൾ എന്തേ തന്നോടു മാത്രം വന്ന് ഊണു
ചോദിച്ചത്? വിശപ്പില്ലാതിരുന്നിട്ടും ഊണു കഴിക്കാനിരിക്കുന്ന താൻ
വിശന്ന ഒരുവന്റെ യാചനയെ അവഗണിച്ചതെന്തുകൊണ്ട്?

ഊണുവിളമ്പാനെത്തിയ സപ്ലയറോട് പറഞ്ഞു.

"നിൽക്കൂ, ഞാനിപ്പോൾ വരാം"

വേഗം പുറത്തിറങ്ങി. നിരത്തു നിറഞ്ഞു നീങ്ങുന്ന
ജനങ്ങൾക്കിടയിലൂടെ ആ മുഖം അന്വേഷിച്ചു നീങ്ങി. താനും
അയാളും തമ്മിൽ എന്തു വ്യത്യാസം? ഒരു കണക്കിന് താൻ
തന്നെയല്ലേ അയാൾ?

കുറേദൂരം തിരഞ്ഞുപോയിട്ടും ആ രൂപം കണ്ടുകിട്ടിയില്ല.

വർഷങ്ങൾക്ക് ശേഷവും ഇന്നും ഞാനാമുഖം തേടാറുണ്ട്. നരച്ച
ജീൻസും കീറിയ ഷർട്ടും ജടപിടിച്ച മുടിയും ചെമ്പിച്ച താടിയുമുള്ള
ആ ചെറുപ്പക്കാരന്റെ മുഖം ഓരോ ആൾക്കൂട്ടത്തിനിടയിലും ഞാൻ
തേടിക്കൊണ്ടിരിക്കുന്നു. പക്ഷേ പിന്നീടിതുവരെ ഞാനാ മുഖം
എവിടെയും കണ്ടില്ല. കണ്ണാടിയിലല്ലാതെ...!
